பூனாச்சி
அல்லது
ஒரு வெள்ளாட்டின் கதை

பூனாச்சி
அல்லது
ஒரு வெள்ளாட்டின் கதை

பெருமாள்முருகன் (பி. 1966)

படைப்புத் துறைகளில் இயங்கிவருபவர். அகராதியியல், பதிப்பியல், மூலபாடவியல் ஆகிய கல்விப்புலத் துறைகளிலும் ஈடுபாடுள்ளவர்.

2023ஆம் ஆண்டுக்கான 'பன்னாட்டுப் புக்கர் விருது' நெடும்பட்டியலில் 'பூக்குழி' நாவலின் ஆங்கில மொழிபெயர்ப்பு 'Pyre' இடம்பெற்றது. இவரது 'ஆளண்டாப் பட்சி' நாவலின் ஆங்கில மொழிபெயர்ப்பான 'Fire Bird' நூலுக்கு 2023ஆம் ஆண்டு ஜேசிபி இலக்கியப் பரிசு வழங்கப்பட்டது.

பெருமாள்முருகனின் பிற நூல்கள்
(காலச்சுவடு வெளியீடு)

நாவல்

- ❖ ஏறுவெயில்
- ❖ நிழல் முற்றம்
- ❖ கூளமாதாரி
- ❖ கங்கணம்
- ❖ ஆளண்டாப் பட்சி
- ❖ பூக்குழி
- ❖ மாதொருபாகன்
- ❖ ஆலவாயன்
- ❖ அர்த்தநாரி
- ❖ கழிமுகம்
- ❖ நெடுநேரம்

சிறுகதை

- ❖ பெருமாள்முருகன் சிறுகதைகள் (1988 – 2015)
- ❖ சேத்துமான் கதைகள்
- ❖ மாயம்
- ❖ வேல்!
- ❖ போண்டு

கவிதைகள்

- ❖ மயானத்தில் நிற்கும் மரம்
- ❖ கோழையின் பாடல்கள்

கட்டுரைகள்

- ❖ துயரமும் துயர நிமித்தமும்
- ❖ கரித்தாள் தெரியவில்லையா தம்பீ . . .
- ❖ பதிப்புகள் மறுபதிப்புகள்
- ❖ வான்குருவியின் கூடு (தனிப்பாடல் அனுபவங்கள்)
- ❖ கெட்ட வார்த்தை பேசுவோம்
- ❖ ஆர். ஷண்முகசுந்தரத்தின் படைப்பாளுமை
- ❖ நிழல்முற்றத்து நினைவுகள்
- ❖ நிலமும் நிழலும்
- ❖ தோன்றாத் துணை
- ❖ மனதில் நிற்கும் மாணவர்கள்
- ❖ மயிர்தான் பிரச்சினையா
- ❖ அப்படியெல்லாம் மனசு புண்படக்கூடாது
- ❖ காதல் சரி என்றால் சாதி தப்பு
- ❖ பாதி மலையேறுன பாதகரு

பதிப்புகள்

- ❖ சாதியும் நானும் (அனுபவக் கட்டுரைகள்)
- ❖ கு.ப.ரா. சிறுகதைகள் (முழுத் தொகுப்பு)
- ❖ கருவளையும் கையும்

தொகுத்தவை

- ❖ உடைந்த மனோரதங்கள்
- ❖ பிரம்மாண்டமும் ஒச்சமும்
- ❖ பறவைகளும் வேடந்தாங்கலும் – மா. கிருஷ்ணன்
- ❖ உ.வே.சா. பன்முக ஆளுமையின் பேருருவம் (கட்டுரைகள்)
- ❖ தீட்டுத்துணி – சி.என். அண்ணாத்துரை (தேர்ந்தெடுத்த சிறுகதைகள்)
- ❖ கூடுசாலை – சி.சு. செல்லப்பா (கிளாசிக் சிறுகதைகள்)

பெருமாள்முருகன்

பூனாச்சி
அல்லது
ஒரு வெள்ளாட்டின் கதை

காலச்சுவடு பதிப்பகம்

அன்பார்ந்த வாசகருக்கு,

வணக்கம்.

காலச்சுவடு நூலை வாங்கியமைக்கு நன்றி.

நூலின் உள்ளடக்கம், உருவாக்கம், அட்டைப்படம் இன்ன பிற அம்சங்கள் பற்றிய உங்கள் கருத்துகளையும் ஆலோசனைகளையும் காலச்சுவடு வரவேற்கிறது. தகவல், எழுத்து, வாக்கியப் பிழைகள் தென்பட்டால் அவசியம் தெரிவித்து உதவுங்கள். நூல் தயாரிப்பில் கடும் குறைபாடு இருப்பின் மாற்றுப் பிரதி உங்களுக்குக் கிடைக்கக் காலச்சுவடு ஏற்பாடு செய்யும்.

மின்னஞ்சல்: publisher@kalachuvadu.com

காலச்சுவடு நாகர்கோவில் அலுவலகத்திற்குக் கடிதம் அனுப்பலாம்.

தங்கள்
எஸ்.ஆர். சுந்தரம் (கண்ணன்)
பதிப்பாளர் — நிர்வாக இயக்குநர்

பூனாச்சி அல்லது ஒரு வெள்ளாட்டின் கதை ♦ நாவல் ♦ ஆசிரியர்: பெருமாள் முருகன் ♦ © பெருமாள்முருகன் ♦ முதல் பதிப்பு: டிசம்பர் 2016, பத்தொன்பதாம் பதிப்பு: ஏப்ரல் 2025 ♦ வெளியீடு: காலச்சுவடு பப்ளிகேஷன்ஸ் (பி) லிட்., 669, கே.பி. சாலை, நாகர்கோவில் 629001

puunaacci allatu **oru veLLaaTTin katai** ♦ Novel ♦ Author: Perumal Murugan ♦ © PerumalMurugan ♦ Language: Tamil ♦ First Edition: December 2016, Nineteenth Edition: April 2025 ♦ Size: Demy 1 x 8 ♦ Paper: 18.6 kg maplitho ♦ Pages: 144

Published by Kalachuvadu Publications Pvt.Ltd., 669, K.P.Road, Nagercoil 629001, India ♦ Phone: 91-4652-278525 ♦ e-mail: publications @kalachuvadu.com ♦ Printed at Mani Offset, Chennai 600077

ISBN: 978-93-5244-085-6

04/2025/S.No. 762, kcp 5705, 18.6 (19) urss

'அன்பின் வழியது உயிர்நிலை'
என்னும் குறளை எனக்குப் பொருளாக்கிய
நண்பர்கள்
ஜி.ஆர். சுவாமிநாதன்
காமாட்சி சுவாமிநாதன்
ஆகியோருக்கு.

முன்னுரை

விதையுறக்கம்

புதைந்திருக்கும் கதைகள் எத்தனை காலம்தான் விதையுறக்கத்தில் ஆழ்ந்திருக்கும்? மனிதர்களைப் பற்றி எழுத அச்சம். தெய்வங்களைப் பற்றி எழுதவோ பேரச்சம். அசுரர்களைப் பற்றி எழுதலாம். அசுர வாழ்க்கையும் கொஞ்சம் பழக்கம்தான். இப்போதைக்குத் தொட்டுக்கொள்ளலாம். சரி, விலங்குகளைப் பற்றி எழுதுவோம்.

ஆழ அறிந்தவை ஐந்தே ஐந்து விலங்குகள்தாம். அவற்றில் நாயும் பூனையும் கவிதைகளுக்கானவை. மாடு, பன்றி ஆகியவற்றைப் பற்றி எழுதவே கூடாது. மிஞ்சியது ஆடு ஒன்றுதான். பிரச்சினை தராத அப்பிராணி ஆடு. ஆட்டில் இரண்டு வகை. வெள்ளாடு, செம்மறி. சுறுசுறுப்பானது வெள்ளாடு. கதையில் ஓட்டம் இருக்க வேண்டும். அதற்கு லாயக்கு வெள்ளாடுதான். ஆகவே வெள்ளாட்டைப் பற்றி எழுதியிருக்கிறேன்.

இந்நாவலை எழுத மிகக் குறுகிய காலமே எடுத்துக்கொண்டேன். கடந்த மூன்று மாதங்கள் ஒரு நொடி போலக் கழிந்தன. அந்நொடிக்குள் அனுபவித்த குழப்பங்கள், சஞ்சலங்கள், துயர்கள் முதலியவற்றை ஓரங்கட்டிவிட்டுப் பெருமகிழ்ச்சி ஒன்று எனக்குள் நிறைந்திருக்கிறது. அதற்குக் காரணம் 'பூனாச்சி.' அவளை எழுத்தில் உருவாக்கிவிடுவது எனக்குப் பெரும் சவாலாக இருந்தது. முதல் விஷயம் எனக்குள் இருந்த தயக்கம். அதைப் பூனாச்சியால் உடைக்க முடியும் என நம்பினேன். நம்பிக்கை வீண் போகவில்லை என்று தோன்றுகின்றது.

இதற்கு முதலில் 'ஒரு வெள்ளாட்டின் கதை' என்னும் தலைப்பை மட்டும் வைத்திருந்தேன்.

கதையோட்டத்தில் 'பூனாச்சி' வந்து குதித்தாள். அதன்பின் இரண்டையும் இணைத்துப் பார்த்தேன். தொடக்க காலத் தமிழ் நாவல்கள் பெரும்பாலானவற்றின் தலைப்புகள் இவ்விதம் இரட்டையாக அமைந்தவை. முதல் நாவலின் மூலத் தலைப்பு 'பிரதாபம் என்னும் பிரதாப முலியார் சரித்திரம்' என்பதுதான். 'ஆபத்துக்கிடமான அபவாதம் அல்லது கமலாம்பாள் சரித்திரம்', 'நளின சுந்தரி அல்லது நாகரிகத் தடபுடல்' எனப் பல சான்றுகள். அத்தடத்தில் என் நாவலையும் பெயரளவிலேனும் வைத்துப் பார்க்கும் ஆசைக்கு இத்தலைப்பு உதவியிருக்கிறது.

நான் நன்றிக்கடன் செலுத்த வேண்டியவர்களின் எண்ணிக்கை பெரிது. அதன் முதல் வரிசையில் இருப்போர் நண்பராகிய மதுரை உயர்நீதிமன்ற வழக்கறிஞர் ஜி.ஆர். சுவாமிநாதன் அவர்களும் திருமதி காமாட்சி சுவாமிநாதன் அவர்களும் ஆவர். இவர்களிடமிருந்து நான் பெற்றவை அனேகம். எனது நாட்குறிப்பில் 'மனிதர்கள் அவ்வளவு நல்லவர்கள் அல்ல என்பதுதான் இத்தனை கால வாழ்க்கை அனுபவத்தில் நான் கற்றுக்கொண்ட துரதிர்ஷ்டமான செய்தி' என்று எழுதிவைத்த நாள் ஒன்றின் முடிவில் சுவாமிநாதன் அவர்களைச் சந்தித்தேன். அவருடன் பழகிய இந்த இரண்டாண்டுகளில் என் கருத்து முற்றிலுமாக மாறிப்போயிருக்கிறது. கொள்கை வேறுபாடுகளை எல்லாம் கடந்து மனிதர்கள் அன்பினால் இணைந்து வாழ முடியும் என்பது அவர் வழியாகக் கற்ற முக்கியமான விஷயம். அவருக்கு நிகராக என் மனதில் பதிந்து இன்முகத்தோடு எதையும் எதிர்கொள்ளத் தூண்டியவர் அவரது மனைவி திருமதி காமாட்சி சுவாமிநாதன் அவர்கள். அவர்கள் இருவருக்கும் ஒருவகையில் என் முதல் உரைநடைப் படைப்பு என்று கருதத்தக்க இந்நாவலைக் காணிக்கை ஆக்கி மகிழ்கின்றேன்.

இந்நாவலின் தலைப்பைப் பகிர்ந்துகொண்டபோது இரட்டைத் தலைப்புக்குத் தம் வாக்கைச் செலுத்தி என்னை உற்சாகப்படுத்தியவர் நண்பர் சீனிவாசன் நடராஜன். கடந்த மூன்று மாதங்களாக என் நூல்களின் மறுபதிப்பு அட்டைகளை உருவாக்குவதில் அவர் கொண்ட ஆர்வமும் செலுத்திய உழைப்பும் அளவிடற்கரியவை. ஒவ்வொன்றும் உயிர் பெறும்போது குழந்தையின் குதூகலம் கொள்ளும் அவருக்கு நன்றி சொல்லிப் போற்றுகிறேன்.

அனைவருக்கும் நன்றிகள்.

நாமக்கல் **பெருமாள்முருகன்**

24 – 12 – 16

1

ஒரே ஒரு ஊரில் ஒரு வெள்ளாடு இருந்தது. பெண்ணாகிய அதன் பிறப்பு எங்கே நிகழ்ந்தது என்று தெரியவில்லை. சாதாரண ஜீவனின் பிறப்புக்கு அடையாளம் ஏது? ஆனால் அதன் வருகை கொஞ்சம் அசாதாரணமானதுதான். அது வாழ்ந்த இடம் ஓடக்கான் கரடு என்று சொல்லப்படும் வறண்ட மேட்டாங்காடு. அந்த வருசம் அவ்வளவாக மழை இல்லை. சில வருசங்களாகவே அப்படித்தான். வேகமாக எப்போதோ ஒருநாள் அரைமணி நேரம் மழை பெய்தால் சின்னஞ்சிறுசுகள், வல்லுவலுசல்கள் 'பயங்கர மழை' என்றார்கள். நாள் முழுக்க இடைவிடாமலும் மாதக் கணக்கிலும் கொட்டித் தீர்த்த மழைக்காலங்கள் அவர்களுக்கு அறிமுகமே இல்லை. பெருமழை பெய்தால் 'என்ன இப்படிப் பெய்யுது' என்று திட்டினார்கள். தம் பொருள்களை எடுத்துப் பாதுகாக்கவும் நனைந்தபடி வெளியே செல்லவும் சலித்துக்கொண்டார்கள். எதிரியைக்கூட வந்தால் கை குவித்து வரவேற்க வேண்டும். செல்வத்தைக் கொண்டுவரும் மழையைத் திட்டி அடித்து விரட்டினால் அது இன்னொரு முறை வருமா?

இப்படி யோசித்துக்கொண்டு தன் காட்டிலிருந்து கொஞ்ச தூரத்தில் இருந்த குட்டிக்கரட்டின் மேல் உட்கார்ந்து வானத்தையே வெறித்திருந்தான் அவன். அசுர இனத்தைச் சேர்ந்த குடியானவக் கிழவன். எல்லா நிலங்களிலும் அப்போதுதான் அறுவடை முடிந்திருந்தது. சுமாரான விளைச்சல். ஆனால் அறுவடைக்குப் பின்னும் காட்டில் கொஞ்சம்

புற்கள் பசுமை பூத்துக்கிடந்தன. பனிப் பெய்யும் காலம் இனிமேல். வெயிலைத் தாங்கிக் கொஞ்ச நாள் வாழ இந்தப் புற்களுக்குப் பனி மூடாக்கு உதவும். அப்புறம் காய்ந்துவிடும். அதைப் பார்க்கப் பார்க்க இன்னும் கொஞ்சநாளில் இந்தப் புற்கள் வீணாகக் காய்ந்துவிடுமே என்று கிழவன் கவலை கொண்டான். அவனிடம் சில வெள்ளாடுகள் இருந்தன. அவற்றை மேய்க்கலாம். எனினும் எல்லாக் குடியானவர்களுக்கும் வரும் யோசனை அவனுக்கும் வந்தது. இன்னொரு வெள்ளாடு இருந்தால் இந்தப் புற்களில் மேய்த்து இரண்டு மாதத்தில் வளர்த்துவிடலாம்.

கரட்டுக்குக் கீழே சிறுபள்ளமும் அங்கிருந்து கிளம்பும் வறண்ட காடுகளும் தெரியும். அந்தி நேரத்தில் அங்கே உட்கார்ந்து செந்நிறப் போர்வை எங்கெங்கும் விரியும் காட்சியைக் காண்பதில் அவனுக்குப் பெருவிருப்பம். வெள்ளாடுகளை மேய்க்கும்போதும் மற்ற நாட்களிலும் வானக் கோலத்தைக் கண்டுவிட்டே கிளம்புவான். என்றைக்காவது அதைப் பார்க்க முடியாவிட்டால் எதையோ பறி கொடுத்தவன் போல இருப்பான். 'கரட்டு மேல உக்காந்து வெறிச்சுப் பாத்துட்டு வா. அப்பத்தான் உனக்குப் புத்தி தெளியும்' என்று கேலி செய்வாள் கிழவி. அப்படி அவன் லயிப்பும் யோசனையுமாக இருந்தபோது அந்தப்பக்கமாக நீண்டு போகும் கொடித்தடத்தில் வித்தியாசமான காட்சி ஒன்று தோன்றியது. பெரும்நிழலுருவம் ஒன்று வெகுதூரத்தில் அசைந்தது. கிளைகள் தரிக்கப்பட்ட அடிமரம் வேரைப் பெயர்த்துக்கொண்டு நடந்துவருகிற மாதிரி இருந்தது. தானாகக் கிழவன் எழுந்து நின்றுகொண்டான். சில கணங்களில் அது ஓர் ஆள் உருவம் எனத் தெளிவாகியது. அந்தி ஒளியில் உருவம் நீளத் தெரிகிறதோ என ஐயுற்றான்.

அங்கே அவனுக்குத் தெரியாத ஆள் ஒரு குஞ்சு குளுவானுமில்லை. இது யாராக இருக்கும்? நடையை வைத்து ஆள் யார் என்று ஊகிக்க முடியவில்லை. உருவத்தின் ஓரடிக்கும் அடுத்த அடிக்கும் இடையே ஆறடி ஆள் ஒருவன் படுத்துக் கைகளையும் தாராளமாக நீட்டிக்கொள்ளலாம். பொழுது சாயும் நேரம் என்பதால் எங்கோ போய்ச்சேர இத்தனை விரைசலாக நடைவிடுகிறான் போல. இன்னும் வெகுசில கணங்களில் தானிருக்கும் இடத்தை அவ்வுருவம் கடந்து போய்விடும் எனப் பட்டது. தனக்குத் தெரியாத ஓராள் இந்தப் பக்கத்திலேயே இருக்க முடியாது என்னும் நம்பிக்கை அவனுக்கு உண்டு. தன்னைக் கடந்தும் ஒருவன் அத்தனை எளிதாகப் போய்விட முடியாது என்றும் எண்ணியிருந்தான். 'யார்ரா இந்த நெடுவான்?' என்னும் வினா அவனைக் குடைந்தது. அந்த ஆள் வரவர அவன் வலக்கை வீசலும் இடக்கை மடிவும் இப்போது தெரிந்தன. இடக்கையை

நெஞ்சோடு சேர்த்து மடித்துக்கொண்டிருந்ததைக் காண அந்தக் கை நெடுவானுக்கு வராதோ என்று தோன்றியது. ஒற்றைக்கை வீசலிலேயே இத்தனை விரைவு காட்டுகிறவன் இடக்கையையும் வீசினால் எத்தனை விரைவாகப் போக முடியும்? நெடுவான் யார் என்று விசாரிப்பதற்காகக் கரட்டிலிருந்து இறங்கித் தடத்தை நோக்கிப் போனான் கிழவன்.

நெடுநெடுத்த உருவம். அரைப்பனை உயரம் இருப்பான். இடுப்பில் கோவணம் மட்டும். தானியக்களத்தில் காக்கை குருவிகளை விரட்டக் கொட்டக்கோலை ஊன்றி அதன் நுனியில் வெள்ளைத்துணியைக் கொடி போலக் கட்டி வைத்திருப்பார்கள். அந்தக் கொடி அசைகிற மாதிரி அவன் கோவணம் அசைந்து தெரிந்தது. வெகுதூரத்தில் தென்பட்ட அவன் சீக்கிரத்தில் பக்கமாக வந்துவிட்டான். இன்னும் ஓரிரு நொடியில் அவ்விடத்தைக் கடந்து போயே போய்விடுவான் என்று தோன்றியது. ஆளை விட்டுவிடுவோமோ என்னும் பயத்தால் தூரத்திலிருந்தே ‘ஆருப்பா போறது?’ என்று சத்தம் கொடுத்தான் கிழவன். உடனே நெடுவான் சட்டென நின்றுவிட்டான். ‘நாந்தான் சாமியோவ்’ என்றான். மரக்கட்டையைத் துளைக்கும் தும்பியின் குரல். ஆனால் அருகில் போயும் ஆளை அடையாளம் தெரியவில்லை. கொஞ்சம் தூரத்தில் நின்றுகொண்டாலும் அவன் முகத்தை அண்ணாந்துதான் பார்க்க வேண்டியிருந்தது.

‘ஆரப்பா நீ. புதுசா இருக்கறயே’ என்றான் கிழவன்.

‘அதெல்லாம் ஒன்னுமில்லீங்க. பழைய ஆளுத்தாங்க. இந்த வெள்ளாட்டுக் குட்டிய விக்கோனும்னு ஊரூராச் சுத்திக்கிட்டுக் கெடக்கறன். வித்தபாடில்ல. போட்டு ஒருநாள்தான் ஆச்சு. பூங்குட்டி. அதான் இப்படிக் காடு கண்ட பக்கம் போய்க்கிட்டிருக்கறன் சாமீயோவ்’ என்றான் நெடுவான்.

‘சந்தசாரிக்கிப் போனா வித்துப் போயிருமேப்பா’ என்றான் கிழவன்.

‘எங்குட்டிய வாங்கச் சந்தையில எவன் இருக்கறான் சாமி?’ என்று சிரித்தான் நெடுவான். ஆளுக்குக் கொழுப்பு ரொம்பத்தான் என்று பட்டது.

‘ஆளாளுக்கு வந்து வாயப் புடிச்சுப் பல்லப் பாப்பான். இடுப்பக் கைல கவ்வுவான். மடியத் தொட்டு இழுப்பான். அரத்தத் தடவுவான். சந்தையில கங்காட்சிப் பொருளா எத்தன வெள்ளாடுவ நிக்கறதப் பாத்திருக்கறம். இந்தப் பூங்குட்டி மேல கண்ட கை படலாமா? அதான் எனக்கு மனசு வருல சாமியோவ். பூவாட்டம் இருக்கற இத வெச்சு வளத்துப் பொழைக்க எனக்கு

ஆவுல. அதான் நல்லா வெச்சிருக்கறவன் ஒருத்தன் கையில பாத்து ஒப்படைச்சுப்புடலாமுன்னு ஊரு ஊராத் திரியறன்' என்று நெடுவான் நீட்டி முழக்கினான்.

உருவத்திற்கேற்பப் பேச்சும் நீளும் போலிருக்கிறதே என்று எண்ணமிட்டுக்கொண்டே குட்டியை நோட்டமிட்டான் கிழவன். குட்டி இருப்பதே தெரியவில்லை. அவன் கை மடங்கலுக்கும் நெஞ்சுக்கும் நடுவே குட்டி சுகமாகப் படுத்திருக்கக்கூடும். அந்தி மசங்கலில் சரியாகக் கண்ணுக்குப் படவில்லை. பக்கத்தில் போய்ப் பார்க்கத் தயக்கமாக இருந்தது.

'எத்தனையோ ஊரு சுத்தீட்டன்னு சொல்றயே. இந்த அதிசயத்த வாங்க ஒருத்தங்கிட்டக்கூடத் துட்டில்லயா?' என்று ஏளனம் செய்தான் கிழவன்.

'துட்டு வெச்சிருக்கற மகாராசனுங்க கொட்டப்புழுவாட்டம் குமிஞ்சு கெடக்கறாங்க. நல்ல மனசிருக்கோனுமே. மனசுக்காரனுக்குத்தான் இந்தக் குட்டி பாத்துக்கங்க' என்றான் நெடுவான்.

அவன் குனிந்து குட்டியைக் கீழே விட்டான். முதுகு கரும்பாறை போல விரிந்திருந்தது. அவன் காலடியில் ஏதோ பெரும்புழு நெளிந்தது. நிமிர்ந்த அவன் தலைத்துண்டை அவிழ்த்து முகத்தையும் மேலையும் துடைத்துக்கொண்டான்.

'இது சாதாரணக் குட்டியில்ல பாத்துக்கங்க. இதோட தாயி ஒரே ஈத்துல ஏழு குட்டி போட்டா. ஆறு குட்டி போட்டதும் இன்னமே அவ்வளவுதான், இனிமே நஞ்சுக்கொடிதான் வரும்னு பாத்தன். ஆனா அந்தத் தாயி ஒடலக் குறுக்கி ஒரு முக்கு முக்குனா. ஏழாவதா ஒரு புழுக்கயாட்டம் இது வந்து விழுந்துச்சு. அதனால இது அதிசயந்தான் பாத்துக்கங்க' என்று அவன் அக்குட்டியின் பிரதாபத்தை விவரித்தான்.

தவழ்ந்து வந்து சுகமாகக் காற்று தழுவும் அந்தியில் அவன்மேல் வேர்வை வாய்க்கால் போல ஓடியதையும் அதைத் துண்டால் மடை கட்டித் துடைப்பதையும் வியப்புடன் பார்த்து ரசித்த கிழவன் 'இப்படியும் ஓர் ஆளா? எந்த ஊரிலிருந்து வந்திருப்பான்? இல்லை, வேற்றுலகவாசியா?' என எண்ணமிட்டுக்கொண்டிருந்த சமயத்தில் நெடுவான் மேலும் சொன்னான்.

'இதுக்கு மேலயும் என்னால அலய முடியாது சாமீ. எங்காலமும் இனி அவ்வளவுதான். இந்தக் குட்டிய உங்க கைல ஒப்படைச்சுட்டுப் போறன். வெச்சுக் காப்பாத்திக்கங்க சாமீ.'

சட்டெனக் குட்டியைத் தூக்கிக் கிழவன் கையில் வைத்தான். சம்மட்டி உரசியதைப் போலிருந்தது. அடுத்த கணம் கையில் ஒரு பூ. அப்படி ஓர் அளவில் வெள்ளாட்டுக்குட்டியைக் கிழவன் அதுநாள் வரைக்கும் பார்த்ததேயில்லை. வியப்போடு அதைப் பார்த்துக்கொண்டேயிருந்தான். ஒற்றைக் கைக்குள் அடங்கிவிட்ட அதன் நெளிவைக் கண்டு சிரிப்புத்தான் வந்தது. குட்டியின் நிறமோ முழுக்கறுப்பு. மினுமினுக்கும் வண்டின் நிறம். நெஞ்சுப் பகுதியைப் பற்றிக்கொண்டு அண்ணாந்தான். நெடுவானைக் காணவில்லை. கொடித்தடத்தின் முடிவில் அவன் இருளாய் மறைந்துகொண்டிருந்தான். 'யோவ் யோவ்... குட்டிக்குத் துட்டு வேண்டாமா?' என்று கிழவன் கத்தினான். குரல் எட்டியிருக்க வாய்ப்பில்லை. உருவம் மெல்லக் கரைந்து புள்ளியாகி மறையும்வரை அப்படியே நின்றுகொண்டு பார்த்திருந்தான். மெல்லத் திரும்பும்போது கிழவனுக்குக் கவலை வந்திருந்தது. பசும்புற்களில் மேய வெள்ளாடு இருந்தால் பரவாயில்லை என்று நினைத்திருந்தபோது இப்படி ஒரு புழுக்கை வந்து வாய்த்திருக்கிறது. இதை எப்படி வளர்த்து ஆளாக்குவது என்னும் கவலை.

●

2

கரடேறிக் காட்டுக்குள் வந்தான் கிழவன். காட்டுக்குள் முளைத்திருந்த புற்களைப் பிடுங்கிக் கூடை நிறையச் சேர்த்திருந்தான். புற்களுக்குமேல் குட்டியைப் படுக்க வைத்துக் கூடையைத் தலையில் தூக்கி வைத்துக்கொண்டு நடந்தான் கிழவன். மேற்குச் செவ்வானத்தில் கருமை புகையாய் வந்து படிய ஆரம்பித்திருந்தது. இனி வீடு போய்ச் சேர வேண்டும். நெடுவானைப் போன்ற ஆளாக இருந்தால் நாலே எட்டிதான். அங்கிருந்து கிழவனின் கொட்டகை நடைத் தொலைவுதான். கரட்டைத் தாண்டி மண் தடம் வந்து பின் ஏரிக்கரை கடந்து பரந்து கிடக்கும் மேட்டாங்காட்டுக் கொடித்தடத்தின் வெகுநீளத்தில் ஊர்ந்து சென்று வீடடைய வேண்டும்.

கொடித்தடத்திற்குள் நுழையும்போது நிழல் கட்டத் தொடங்கிவிட்டது. எழுத்து மறைவதற்குள் வீடு போய்ச் சேர்ந்துவிட வேண்டும் என்னும் வேகத்தில் அடியை எட்டிப் போட்டான். முழுக்க மொட்டைக்காடுகள். தளிர்த்த புற்களை மேய்ந்து முடித்த ஆடுகளை ஓட்டிச் செல்லும் ஆட்கள் மட்டும் அங்கங்கே தெரிந்தனர். இந்த வெள்ளாட்டுக்குட்டிப் பிரச்சினை இல்லாவிட்டால் கூடைப் புற்களைத் தூக்கிக்கொண்டு நேரமாகவே திரும்பியிருக்கலாம்.

நினைத்துக்கொண்டே நடந்தபோது திடுமெனக் கூடையிலிருந்து குட்டி கத்தும் ஓசை ரீங்காரம் போலக் கேட்டது. இந்தப் புழுக்குட்டி வந்து பொழுதைத் தின்றுவிட்டதல்லாமல் கத்தவும்

செய்கிறதே என்று திட்டினான். அப்போது 'தூய் தூய்' என்று நாலாப்புறமும் இருந்து கத்திக்கொண்டு ஆட்டுக்காரர்கள் அவனை நோக்கி ஓடி வந்தனர். என்னவோ ஏதோ என்று கிழவன் நின்றான். பெருங்காற்று தலைக்கூடையைத் தள்ளுவதை உணர்ந்து இறுகப் பற்றிக்கொண்டான். ஓடி வந்த ஓராள் கிழவனைப் பிடித்து நிறுத்தினான். இல்லாவிட்டால் குப்புற மண்ணில் விழுந்திருக்க வேண்டியதுதான். கூடையை அவன் சட்டெனக் கீழே இறக்கி வைத்தான். கிழவன் சுதாரித்து 'என்னய்யா இது?' என்றான் மூச்சு வாங்கிக்கொண்டு. 'அந்தா பாரு' என்று மேற்கே கைகாட்டினான். பெரும்பறவை ஒன்று பொழுதடைந்த மலையை நோக்கி இறக்கையை வீசிக்கொண்டு போயிற்று.

'பெரும்பட்சி வந்து அடிக்கறாப்பல கூடையில என்னய்யா கொண்டுக்கிட்டு வந்த?' என்று கேட்டபடி இன்னும் இரண்டு மூன்று பேர் அருகில் வந்தனர். 'கரட்டுல எலிகீது புடிச்சு வெச்சிக்கிட்டு வந்தயா?' என்றான் ஒருவன். அதற்குள் குட்டி மெல்ல எழுந்து கூடைக்குள் நின்று 'ம்ம்ம்' என்று முனகியது. நடுக்கம் தீராத கிழவனுக்குப் பேச்சு வரவில்லை. 'இத்தாப் பெரிய கரும்புழுவக் கூடைக்குள்ள வெச்சிருக்கறயே. அதுக்குத்தான் கழுகு அடிச்சிருக்குது' என்று குட்டியைக் கையில் எடுத்த ஒருவன் சிரித்தான். 'இது வெள்ளாட்டுக் குட்டியப்பா' என்றான் இன்னொருவன். எடுத்தவன் கையில் குட்டி ஒரு புழுப் போலத்தான் நெளிந்தது. ஆட்டுக்காரர்கள் எல்லாரும் அதிசயமாகக் குட்டியைப் பார்த்தனர். 'நெசமே வெள்ளாட்டுக்குட்டிதானா' என்று ஒவ்வொருவரும் கையில் வாங்கிச் சோதித்தனர். கிழவனுக்கு வெட்கம். கூடை நோக்கிப் பட்சி வேகமாக இறங்கி வருவதை ஆட்டுக்காரர்கள் பார்க்கவில்லை என்றால் கூடைக்குள் இருந்த குட்டியைக் கால்களில் கவ்விக் கொண்டுபோய் இந்நேரம் இரையாக்கியிருக்கும்.

'இந்தக் குட்டிக்குப் பாரேன். இது ஒரு தத்தாட்டம் இருக்குது' என்று நினைத்துக்கொண்டு 'சாமியாட்டம் வந்து காப்பாத்தினீங்கப்பா. குட்டி போறதுமில்லாத கூடையப் போட்டுக்கிட்டுப் பொத்துனு உழுந்து கைகாலுப் போயிருந்தா என்ன பண்ணுவன். ஊட்ல ஒரு கெழவி கெடக்கறா. ஏதோ ரண்டு வேல செய்யறதால கஞ்சி ஊத்தறா. கையிகாலுப் போயி கட்டலோட கெடந்தா கெழவி பாப்பாளா' என்றான்.

குட்டியைக் கையில் வைத்திருந்த கோவணாண்டி ஒருவன் 'குட்டி வவுத்துல ஒன்னுமில்லயப்பா. பசி மயக்கம். கண்ணே தொறக்க முடியில பாரு' என்று சொன்னவன் சும்மா இல்லை.

‘பக்கூ பக்கூ’ என்று கூப்பிடவும் அவனுடைய வெள்ளாடுகள் ஓடி வந்தன. தாய் ஆடு ஒன்றைப் பிடித்து அதன் மடியில் குட்டியை விட்டான். எம்பிப் பற்றவும் சக்தியற்ற குட்டியின் வாயில் காம்பைத் திணித்தான். இப்போதுதான் முதன்முதலாக வாயில் முலை பற்றப் பழகுகிறது போலும். தடுமாறிக் காம்பை மெல்ல வாயில் பிடித்துச் சப்பியது குட்டி. இரண்டு பீர் பால் நாக்குக்கு வந்ததும் புதுருசி கண்டு வேகமாக ஊட்டத் தொடங்கிற்று. ‘குட்டி சுட்டிதானப்போ’ என்றான் ஊட்டக் கொடுத்தவன். நாலு சப்பில் வயிறு நனைந்து வாய் வலிக்கத் தொடங்கியதும் காம்பை விட்டுவிட்டது குட்டி. ‘அட இன்னம் நாலு வாயி சப்பிக்க. அப்பத்தான் ராத்திரிக்கெல்லாம் பசி தாங்கும்’ என்றவன் மேலும் கொஞ்சம் ஊட்டடித்தான். பின் எடுத்துக் கிழவனிடம் கொடுத்தவன் ‘புழுவு மாதிரி இருந்தாலும் பாவன பாத்தீன்னா ஆளாயிருமப்போய்’ என்று சொன்னான். அவர்கள் ஆடுகளின் பின்னால் கிளம்பினார்கள். குட்டியைப் பத்திரமாகக் கூடைக்குள் போட்டு அதன்மேல் புற்களைக் கொண்டு மூடித் தலையில் வைத்துத் தடத்தில் நடைவிட்ட கிழவன் ‘இந்தச் சீவனுக்கு இன்னம் எத்தன தத்து இருக்குதோ தெரீலயே. தாண்டி வருமோ தவிச்சு உழுமோ. என்ன எழுத்துன்னு ஆருக்குத் தெரியப் போவுது’ என நினைத்தான்.

கிழவிக்குக் குட்டியைப் பிடிக்கவில்லை. அதன் உருவத்தையும் கத்தலையும் பார்த்துப் ‘பூனக்குட்டி எங்க கெடந்து எடுத்தாந்த? இது வேறயா?’ என்று முகம் சுழித்தாள். வெள்ளாட்டுக்குட்டி என்று கிழவன் சொன்னதும் கையில் எடுத்துப் பார்த்து ‘ஆமா, வெள்ளாட்டுக்குட்டிதான்’ என்றாள் ஆச்சர்யத்தோடு. அது கிடைத்த கதையை அன்றைக்கு இரவெல்லாம் இருவரும் பேசினார்கள். அவர்களிடம் ஏற்கனவே இரண்டு வெள்ளாடுகள் இருந்தன. ஒன்று குட்டி போட்டு ஒருமாதத்திற்கு மேலானது. மூன்று குட்டிகள். இரண்டு கிடா. ஒன்று மூடு. மூன்றும் வாசலில் குதித்துத் திரிந்தன. இன்னொரு வெள்ளாடு சினை. அதன் முந்தைய ஈத்துக் குட்டிகளைப் பத்து நாளுக்கு முன்புதான் கறிக்காரருக்குப் பிடித்துக் கொடுத்தார்கள். அனேகமாக இன்னும் ஒருமாதத்தில் அது குட்டி போட்டுவிடும். அத்துடன் ஒரு எருமைக்கன்றும் வைத்திருந்தார்கள். கிடாரிக்கன்று. இன்னும் ஒருவருசம் மேய்த்தால் அது பருவத்திற்கு வந்துவிடும். உடனே விற்றுவிடலாம்.

கொட்டகையை ஒட்டியிருக்கும் அரை ஏக்கரில் ஏதோ விதைத்துக்கொண்டும் வெள்ளாடுகளை மேயத்துக்கொண்டும் எருமைக்கன்றைப் பார்த்துக்கொண்டும் காலத்தை

ஓட்டினார்கள். வெள்ளாடுகளைக் கரட்டுக்குக் கொண்டு போய் விட்டு மேய்ப்பதும் ஒழிந்த நேரத்தில் எங்காவது போய் வெள்ளாடுகளுக்கும் எருமைக்கன்றுக்கும் தீனி கொண்டுவருவதும் கிழவனின் வேலை. அந்த வேலையைச் சாக்காட்டி அப்படியே காடுமேடு ஊர்உலகம் எங்காவது திரிவதும் நாலு பேரிடம் பேசிச் சிரித்து வருவதும் கிழவனுக்குப் பிடித்தமானது. கிழவியோ எங்கும் வெளியே போவதில்லை. மாதம் ஒருமுறை சந்தைக்குப் போவாள். இருவருக்கு என்ன பெரிய தேவை? சந்தைச் செலவுகளை வாங்கிவருவாள். வருசம் ஒருமுறை நோம்பிக்காக மகள் வீட்டுக்கு இருவரும் போய்வருவார்கள். அது ஒரு பத்துப் பதினைந்து நாள் பயணமும் இருப்பும் என்று போகும். ஒரே ஒரு மகள்தான். அதனால் இனி இருக்கும் காலத்தை அப்படியே ஓட்டிவிட வேண்டும் என்பதைத் தவிர அவர்களுக்கு எந்த எண்ணமும் இல்லை.

பூனைக்குட்டியைப் போலிருந்த வெள்ளாட்டுக்குட்டிக்கு அன்றைக்கு இரவே கிழவி பெயர் வைத்துவிட்டாள். முன்பு ஒருமுறை பூனை ஒன்று வளர்த்தாள். அதைப் பிரியமாகப் 'பூனாச்சி' என்று அழைப்பாள். அதன் நினைவாக இதுவும் 'பூனாச்சி' ஆனது. ஒரு தம்பிடி செலவில்லாமல் இந்தப் பூனாச்சி கிடைத்திருக்கிறாள். இவளை எப்படியாவது காப்பாற்ற வேண்டும் என நினைத்தாள். கிழவன் வேறு என்னென்னவோ சொன்னான். பகாசுரன் போன்ற அசுரன் ஒருவனைப் பார்த்ததாகவும் அவன் கொடுத்ததாகவும் கதை சொல்கிறான். ஆட்டுக்காரர்களின் மந்தையிலிருந்து திருடிக்கொண்டு வந்திருப்பானோ. நாளைக்கு யாராவது தேடி வந்தாலும் வரலாம். அதை மறைக்கத்தான் இப்படிக் கதை சொல்கிறான் போலும். இரவில் விளக்கேற்றும் வழக்கம் கிழவிக்கு இல்லை. பொழுதிருக்கவே இருவரும் உண்டு முடித்துப் படுத்துவிடுவார்கள். அன்றைக்குக் குட்டிக்காகக் கிழவி விளக்கேற்றினாள். பெரிய அகல்விளக்கு ஒன்றை எடுத்துப் போன வருசம் ஆட்டி வந்த விளக்கெண்ணெயை ஊற்றினாள். திரிக்குத்தான் பஞ்சில்லை. கிழவனின் பழங்கோவணத் துணியில் ஒரு ரக்குக் கிழித்துச் சுருட்டித் திரியாக்கினாள்.

வெகுகாலத்திற்குப் பிறகு அந்தக் கொட்டகையில் ஒளி. விளக்கொளியில் குழந்தையைப் பார்ப்பது போலக் குட்டியைப் பார்த்தாள். உடலில் எங்கும் ஒரு சொட்டை சொத்தை இல்லை. முழுக்கறுப்பு. விளக்கை விழித்துப் பார்த்தது குட்டி. அதன் அகண்ட கண்கள் துல்லியமாகத் தெரிந்தன. முகத்தில் மட்டும் சோர்வின் சாயை. சரியான பால்குடி இல்லாததால் தவங்கிப் போயிருக்கிறது என்று நினைத்தாள். குட்டி பிறந்து ஓரிரு

நாட்கள்தான் இருக்கக்கூடும். இதை எப்படியாவது வளர்த்து ஆளாக்க வேண்டும் என்று மனதில் வைராக்கியம் வந்தது. கிழவனைக் கூப்பிட்டுக் குட்டியைப் பார்க்கச் சொன்னாள். அந்த அடர்இரவில் சிறுவெளிச்சம் பட்டு மினுங்கும் இருள் மொத்தையெனக் குட்டி தெரிந்தது. அதன் மடிந்த காதுகளைச் செல்லமாக இழுத்து 'உனக்கு இங்க வந்து பொழைக்க அம்சம் இருக்குது' என்று சொன்னான். இருவருக்கும் இப்படிப் பேச்சு நடந்து வெகுகாலம் ஆகியிருந்தது. இந்தக் குட்டியால் அவர்கள் கொஞ்சம் பாடுபழமைகளும் பேசும்படி ஆயிற்று.

●

3

ஆட்டுக்காரர் வெள்ளாட்டில் பாலூட்டி இருந்ததால் குட்டிக்கு வயிறு நிறைந்திருந்தது. நள்ளிரவுக்குப் பக்கமாகத்தான் கிழவிக்குக் கண்ணுறக்கம் வந்தது. அப்போது சாக்கை நான்காக மடித்து மெத்தை போலப் போட்டு அதில் குட்டியைப் படுக்க வைத்துக் கூடையைப் போட்டு மூடினாள். கூடை இருளுக்குள் குட்டி கொஞ்சம் கத்தியது. அதுவும் கூடையை விட்டு வெளியே வரவில்லை. நன்றாகச் சாணி போட்டுப் பூசியிருந்த கூடையில் சிறு ஓட்டையும் இல்லை. நன்றாகச் சாக்கோடு அழுந்தியிருந்தது. உள்ளே குட்டிக்கு மூச்சுக்காற்று கிடைக்குமோ என்னவோ என்று எண்ணம் எழுந்து விறகுக்கட்டை ஒன்றை எடுத்து வந்து ஒருபக்கத்தில் வைத்துக் கூடையை அதன்மேல் படியவிட்டாள். இப்போது லேசான தூக்கல். காற்று உள்ளே போய்வர நல்ல வசதி. தான் படுத்திருந்த கட்டிலுக்கு அடியிலேயே குட்டிக்கும் படுக்கை. கிழவிக்கு அன்றைக்கெல்லாம் சரியாகத் தூக்கம் பிடிக்கவில்லை. கோழித் தூக்கம்தான். அவ்வப்போது எழுந்து கூடையைத் தூக்கிக் குட்டியைப் பார்த்தாள். அது சாக்கு மெத்தையில் நன்றாகச் சுருண்டு படுத்துத் தூங்கிக் கொண்டிருந்தது.

நடுச்சாமத்திற்கு மேல் ஒருமுறை கூடையைத் தூக்கிப் பார்த்தபோது குட்டி தடுமாறி எழுந்து நின்று கத்தியது. உடலை லேசாகக் கூனி மண்டது. 'பூனாச்சி... சாக்க நனச்சுக்கிட்டு மண்டயினா அப்பறம் ஈரத்துல எப்பிடித் தூக்கம் வரும்?' என்று

அவசரமாக வெளியே இழுத்துவிட்டாள். ஆனால் வெளியே வந்ததும் அது கத்திக்கொண்டே அவள் காலைச் சுற்றியது. கெண்டைக்காலில் வாய் வைத்து ஊட்டவும் முயன்றது. 'பூனாச்சிக்கு வவுறு கேக்குதா?' என்று சொல்லிக் கையில் தூக்கினாள். வெள்ளாடுகள் கட்டியிருந்த குடிசைக்குப் போனாள். குட்டி போட்டிருந்த வெள்ளாடு படுத்து அசை போட்டுக் கொண்டிருந்தது. அதை எழுப்பினாள். இந்த நேரத்திற்கு ஏதோ தின்னக் கொடுக்க வருகிறாள் என நினைத்து ஆவலுடன் எழுந்து அவள் மடியைப் பிடித்து இழுத்தது.

வெள்ளாடு எழுந்ததும் அதன் குட்டிகள் மூன்றும் இந்த நேரத்திற்காகக் காத்திருந்தது போல ஓடிவந்து ஒரே சமயத்தில் மடியை முட்டின. இரண்டு காம்புகளை இரண்டு குட்டிகள் பற்றிக்கொண்டன. காம்பு கிடைக்காத ஒரு குட்டி மற்ற குட்டிகளை வாயாலேயே தள்ளிவிட்டுப் பற்றப் பெருமுயற்சி செய்தது. மாறி மாறிக் காம்பை அவை பற்றின. உடல் குலுங்கப் பாலூட்டின. பூனாச்சியைக் கையில் வைத்திருந்த கிழவிக்கு என்ன செய்வதென்று தெரியவில்லை. கிழவனை எழுப்பலாமா என்று நினைத்தாள். அவன் அப்போதுதான் ஆழ்ந்து தூங்கியிருந்தான். இல்லாவிட்டால் இந்தக் குட்டிகள் போடும் ரவுசுக்கு இந்நேரம் எழுந்து சத்தம் கொடுத்திருப்பான்.

வெள்ளாட்டின் மடியருகில் உட்கார்ந்து ஒருபக்கக் காம்பைப் பற்றியிருந்த குட்டியை வன்மையாக விலக்கித் தள்ளிவிட்டுப் பூனாச்சியின் வாயைக் காம்பருகே கொண்டு போனாள். பால் மொச்சையைப் பூனாச்சியின் நாசி உணர்ந்தது. உடனே காம்பைப் பற்ற முனைந்தது. ஏற்கனவே வெள்ளாட்டின் குட்டிகள் ஊட்டியிருந்ததால் சுரந்திருந்த காம்பு பூனாச்சியின் வாய்க்கு ரொம்பவும் பெரிதாக இருந்தது. அதனால் காம்பியின் நுனியை மட்டும் பற்றி ஊட்டியது. அந்தியில் ஒரு வெள்ளாட்டில் ஊட்டியிருந்தது. அதைவிடவும் இந்தப் பால் ருசி நன்றாக இருப்பதாக நாக்கு சொன்னதால் ஆவலாக ஊட்டிற்று.

மடியை முட்டும் வேகம் அதற்கில்லை. கிழவி அதைக் கீழே விடவும் இல்லை. கீழே நின்றால் பூனாச்சிக்கு மடி எட்டியிருக்காது. வயிற்றுக்குள் கொஞ்சம் ஈரப்பசை சேர்ந்தது. அந்த வெள்ளாட்டுக்கு அப்போதுதான் பூ வாய் ஒன்று தன் காம்பில் படிந்திருக்கும் உணர்வு தோன்றிற்று போலும். சட்டெனக் காலை உதைத்துக்கொண்டு வேறொரு நிலையில் நின்றது. அதன் குட்டிகள் அப்போதும் போய் முட்டிக் குடித்தன. 'அதுக்குள்ள அடையாளம் கண்டுக்கிட்டியா?'

என்று வெள்ளாட்டின் தலையைத் தட்டியவாறு ஒருகையில் வெள்ளாட்டின் பின்னங்கால் ஒன்றைப் பிடித்துக்கொண்டு இன்னொரு கையில் பிடித்திருந்த பூனாச்சியை ஊட்ட விட்டாள்.

வெள்ளாடு துள்ளியும் நகர்ந்தும் தன் மடியைக் காப்பாற்றிக்கொள்ள முனைந்தது. அதற்குத் தன் குட்டிகளின் ஊட்டல் முறை தெரிந்திருந்தது. எப்போதாவது ஒருநாள் கிழவன் உடம்பு சூடு பிடித்துக்கொண்டது என்று வெள்ளாட்டுப் பால் கேட்பான். அன்றைக்கு மட்டும் குட்டிகளை அடைத்து வைத்துவிடுவாள். காலையில் எழுந்து மடியில் கையளவு பால் பீச்சிக்கொண்டு பிறகு குட்டிகளை விடுவாள். கிழவன் பச்சைப்பாலை அப்படியே வாங்கி வாயில் ஊற்றிக்கொள்வான். சில நாட்களுக்குக் காய்ச்சியும் தரச் சொல்வான். கருப்பட்டி ஒரு துண்டைக் காய்ச்சிய பாலில் போட்டுக் கொடுப்பாள். கிழவிக்கு இந்தப் பாலும் சரி, பால் பதார்த்தங்களும் சரி எதுவும் ஒத்துவராது. எப்போதாவது வேண்டா வெறுப்புடன் குடிப்பாள்.

அன்றைக்கு வெள்ளாட்டுக்குப் புது அனுபவம். மடியைக் காத்துக்கொள்ளப் போராடியது. பெரும் போராட்டத்துக்கிடையே பூனாச்சிக்கு அரை வயிறு நிரம்பியது. வயிற்றைத் தொட்டுப் பார்த்த கிழவி 'செரி, இப்பத்திக்குப் போதும். தூங்கிக்க. காத்தாலக்கிப் பாத்துக்கலாம்' என்று சொல்லி மீண்டும் கூடைக்குள் அடைத்தாள். பூனாச்சிக்கு ருசி கண்ட வாய் அடங்கவில்லை. கூடைக்குள் படுக்காமல் கூடையை முட்டி முட்டி ஊட்டிப் பார்த்தது. வெகுநேரத்திற்குப் பிறகு சோர்ந்து போய்ப் படுத்துக்கொண்டது.

அடுத்தடுத்த நாட்களிலும் இப்படித்தான். சிலசமயம் கிழவனும் வந்துவிடுவான். ஒருவர் வெள்ளாட்டின் கழுத்தைக் கவ்விப் பிடித்துக்கொள்ள இன்னொருவர் அதன் கால்களைப் பிடித்துப் பூனாச்சியை ஊட்டடிப்பார்கள். இந்தக் குட்டிக்கு ஊட்டக் கொடுக்க வெள்ளாட்டுக்கு விருப்பமேயில்லை. திமிறிக்கொண்டு ஓடப் பார்க்கும். ஆனால் கிழவி விடுவதில்லை. பூனாச்சியை ஊட்டடிக்க வெள்ளாட்டை எழுப்பினாலே அதன் மூன்று குட்டிகளும் ஓடிவந்துவிடும். அவற்றைத் தள்ளிவிடுவதும் கஷ்டம். மூன்றும் சேர்ந்து மடியை முட்டும்போது அதற்கிடையில் பூனாச்சியை நுழைப்பதும் கஷ்டம். அந்தக் குட்டிகளைக் கூடையில் அடைத்து வைக்கவும் முடியவில்லை. மேய்ச்சல் காட்டில் குட்டிகள் புல் பொறுக்கிக்கொண்டிருக்கும்போது தொந்தரவில்லை என்று பூனாச்சியை ஊட்ட விடப்போனால் உடனே வெள்ளாடு குரலெடுத்துத் தன் குட்டிகளை

அழைத்துவிடும். எங்கிருந்தாலும் தாயின் குரல் கேட்டதும் அவை துள்ளிக்கொண்டு ஓடிவரும்.

பூனாச்சிக்கு எப்படியோ கால் வயிறும் அரை வயிறும் பால் கிடைத்தது. இப்படியே போனால் இந்தக் குட்டி என்றைக்குத் தேறி வருவது? ஒருமாதத்திற்குச் சமாளித்துவிட்டால் அப்புறம் பச்சை பொறுக்க ஆரம்பித்துவிடும். கிழவிக்கு இதே யோசனைதான். கிழவன் வேறு அவ்வப்போது 'ஏழு குட்டி போடற வர்க்கம். சாமியாட்டம் ஒருத்தன் கொண்டாந்து கையில வெச்சுட்டுப் போன பொருளு. அனாதியா உட்றாத' என்று சொல்வான். வெள்ளாட்டில் பால் ஊட்டடிக்க முடியாத சமயத்தில் 'இந்தப் பூனக்குட்டியக் கொண்டாந்து என்னுசுர வாங்கறான் கெழவன்' என்று அவனைக் கண்டபடி திட்டுவாள்.

பூனாச்சியின் கால்வயிறு அரைவயிறுக்கும் பிரச்சினை வந்தது. வெள்ளாடு கள்ளமடி கொண்டுவிடும் வித்தை பழகியது. அதன் குட்டிகள் இல்லாதபோது ஊட்டடிக்க முயன்றால் காம்பு சுரப்பதேயில்லை. குட்டிகள் ஊட்டும்போது பூனாச்சியை விட்டால் சுரந்திருக்கும் காம்புப்பாலுக்கு மேல் ஒருசொட்டும் சுரக்காது. வெள்ளாடு உடலை இறுக்கி மடியைக் கட்டிக்கொள்ளும். அதன் குட்டிகளுக்குப் பால் கொடுக்கும்போது பார்த்தால் தலையை அந்தரத்தில் தூக்கி வைத்துக்கொண்டு கண்களை மூடி வாயில் நுரைவர அசை போட்டபடி சுகமாக நிற்கும். மடி இளகிக் கால்களை அகட்டிக் குட்டிகளுக்குப் பால் கொடுக்கும் விதத்தைக் கிழவி பார்ப்பாள். சுண்டுவிரல் நீள வாலை ஆட்டி ஆட்டிக் குட்டிகள் முட்டி முட்டிக் குடிக்கும். மடி முழுக்க வற்றிய பிறகுதான் குட்டிகளிடமிருந்து பிரிந்து வரும்.

'அட ஆயா... உம்பிள்ளைவளுக்குப் பாலுக் குடுக்க வேண்டான்னு ஆரு சொன்னா? நல்லா மகராசியாக் குடு. இதும் ஒரு சீவன்தான. பொங்கு பொங்குன்னு கெடக்குதே. ஒரு நாலு வாயி குடுத்துக் காப்பாத்துனா என்ன? உம்பிள்ளைவதான் பொறுக்கித் திங்கறாங்களே. இந்தப் பூனாச்சிதான் உம்வளத்தக் கொண்டுக்கிட்டுப் போயர்றாளா? உனக்குக் கொஞ்சங்கூட எரக்கமே கெடையாதா?' என்றெல்லாம் பேசுவாள். வெள்ளாடு புரியாதது போல அவளைப் பார்த்துக்கொண்டிருக்கும். 'கள்ளமடி காட்டறவளுக்கு நாஞ் சொல்றது புரியாத போயிருதா? எல்லாம் மாய்மாலம்' என்பாள் கிழவி.

என்ன பேசியும் முயன்றும் அந்தக் கள்ளியில் ஊட்டடிப்பதால் பிரயோசனம் இல்லாமல் ஆயிற்று. பூனாச்சிக்குக் கால்வயிறே

பிரச்சினை. இப்படியே போனால் வயிறு பத்திப்போய்க் குட்டி அநியாயமாகச் செத்துவிடும் என்னும் பயம் கிழவிக்கு வந்துவிட்டது. ஏழு குட்டி போடும் வர்க்கம் என்பதில் அவளுக்கு நம்பிக்கை இல்லை. ஆனால் சாமி மாதிரி ஒராள் வந்து கொடுத்துவிட்டுப் போனானே. அவன் நம்பிக்கை வைத்துக் கொடுத்திருக்கிறான். ஏதோ கொஞ்ச காலம் கழித்து அவன் இந்தப் பக்கமாகப் போகும்போது பூனாச்சியின் நினைவு வந்து பார்த்துப் போகலாம் என்று தோன்றி விசாரிக்க வந்தால் என்ன பதில் சொல்வது? வயிறு பத்திச் செத்துவிட்டது என்று சொல்ல வாய் வருமா? கையகலச் சீவனின் வயிற்றை நிறைக்க முடியவில்லை என்றால் வாழ்ந்து என்ன பிரயோசனம்?

அந்த வாரம் சந்தைக்குப் போக வேண்டிய அவசியமே இல்லை. என்றாலும் கிளம்பினாள். குட்டிக்கு அட்டுப்பால் கொடுக்க ஊட்டுச் சவ்வு வாங்கி வருவதுதான் வேலை. ஒரு சீசாவும் இரண்டு ஊட்டுச் சவ்வும் வாங்கி வந்தாள். ஒன்று கிழிந்து போனால் இன்னொன்று ஆகும் என்பதற்காக. சந்தையிலிருந்து வந்ததும் சோற்றுச் சட்டியில் இருந்த கம்மஞ் சோற்று நீத்தண்ணியை வடித்துச் சீசாவில் ஊற்றி அதன் வாயில் ஊட்டுச் சவ்வை இழுத்துப் போட்டாள். பூனாச்சியைத் தூக்கி மடியில் வைத்து ஊட்டுச்சவ்வை வாயில் திணித்தாள். முதலில் அதற்கு ஒன்றும் புரியவில்லை. பால் போல ஏதோ வாயில் கசிந்ததும் பிடித்து ஊட்ட ஆரம்பித்தது. பாலல்ல. நீத்தண்ணி சப்பென்றிருந்தது. இரண்டு வாய் சப்பிவிட்டுப் பிரியமில்லாமல் வாயை எடுத்துக்கொண்டது.

கிழவி விடவில்லை. கொஞ்சம் கொஞ்சமாகக் கொடுத்து அதன் வயிற்றை நிறைத்தாள். வயிறு புடைத்துத் தெரிந்ததும்தான் மனநிறைவோடு குட்டியை விட்டாள். பூனாச்சி கொஞ்ச தூரம் நடக்கும். இப்போதோ வயிற்றைத் தூக்கிக்கொண்டு நடப்பது பெரும் சிரமமாயிருந்தது. ஒரே இடத்தில் நின்றிருந்துவிட்டுப் பின் படுத்துக்கொண்டது. அதற்கப்புறம் தினமும் மூன்று நான்கு வேளை கம்மஞ்சோற்று நீத்தண்ணியோ களி நீத்தண்ணியோதான். எப்போதாவது வெள்ளாட்டில் இரண்டு பீர் பால் குடிக்க முடியும். பால் என்பது பூனாச்சிக்கு விருந்துச் சாப்பாடாயிற்று.

நீத்தண்ணி குடித்து வளர்ந்ததால் வயிறு மட்டும் புடைத்திருக்கும். அதன் மேல்மயிர் முழுக்கவும் சடை விழுந்த மாதிரி ஆயிற்று. எப்படியும் அதன் உடல் எழுந்திருத்துவிடும். கொஞ்சம் நாளாகலாம். பிழைத்துக் கிடந்தால் போதும். தானாகப் பொறுக்கித் தின்னும் பருவம் வந்துவிட்டால் படிப்படியாகத்

தேறிவிடும். அதற்கு இப்போது தேவை உயிர்த்தண்ணீர். அதற்கு இந்த நீத்தண்ணி போதும். மெல்லக் காலெடுத்து வைத்து வாசலுக்கும் ஆட்டுக் குடிசைக்கும் நடக்கவும் பூனாச்சி பழகிக்கொண்டது. வெள்ளாட்டுக் குட்டிகளுக்குப் பூனாச்சியைக் கண்டாலே ஆவதில்லை. அவை தாய்ப்பால் குடித்துக் குடித்து இடுப்பு கடினப்பட்டுச் சதை பிடித்துத் திமிர் கொண்டிருந்தன. எந்நேரமும் துள்ளல்தான்.

வாசலில் கிடந்த உரல்மீது ஏறிக் குதிப்பது அவற்றிற்குப் பிடித்த விளையாட்டு. ஒன்றோடு ஒன்று கொம்பில்லாத தலையால் முட்டி விளையாட்டுச் சண்டை போடுவதும் உண்டு. கிழவி அவ்வப்போது திட்டி முடுக்குவாள். ஆனால் அவற்றின் ஆட்டம் அடங்குவதில்லை. சீவன் செத்த பொம்மை போலப் பூனாச்சி நடந்து போகும்போது அவை ஓடி வந்து மோந்து பார்க்கும். மோளைத் தலையால் முட்டித் தள்ளும். ஈனக்குரல் எழுப்பிப் பூனாச்சி அழும். அது அழ அழ அவற்றிற்கு உற்சாகம் கொப்பளிக்கும். காலைத் தூக்கி மேலே போடும். பூனாச்சியைக் கொண்டு அவை பலவிதமான விளையாட்டுக்களை உருவாக்கிக்கொண்டன.

அவை வேகமாக ஓடி வருவதைக் கண்டு பூனாச்சி நடுங்கி உடல் ஒடுங்கும்போது ஒரே தாவலில் தாண்டி அந்தப் பக்கம் போய் நிற்பது ஒரு விளையாட்டு. மூன்றும் அடுத்தடுத்துத் தாண்டிக் குதிக்கும்போது விர்ரென்று ஓரோசை காதைத் துளைத்துச் செல்லும். பூனாச்சி உடல் அதிர்ந்து குறுகி நிற்பாள். வீலென்று கத்துவாள். வாசலிலோ சாக்கின்மீதோ பூனாச்சி உடலை விரித்துப் படுத்திருப்பாள். அந்தக் குட்டிகள் வாஞ் சையோடு வருவது போல அருகில் வந்து படுத்துப் பூனாச்சியின் உடல்மேல் தலை வைத்துக்கொள்ளும். பூனாச்சிக்கு மூச்சு முட்டும். எழுந்து நகர எவ்வளவோ முயலும். ஆனால் அந்தப் பெருந்தலைகளைத் தூக்கித் தள்ள அதற்கு வலுவேது? அதன் தவிப்பைக் கண்டு அவையே எழுந்தால்தான் உண்டு. அவற்றைக் கண்டாலே பூனாச்சி பயந்துபோய்க் கிழவியின் கால்களுக்குள் வந்து புகுந்துகொள்வாள். கிழவி அவற்றை விரட்டிக் காப்பாற்றுவாள்.

அந்தக் குட்டிகளுக்கு வெள்ளாடுகள் பரவாயில்லை. தாயாட்டின் அருகில் பூனாச்சி போனால் தலையைக் குனிந்து மோந்து பார்க்கும். அப்புறம் லேசாகத் தள்ளும். அதற்கு வளைந்து நீண்ட கொம்பு உண்டு. அதனால் பயனேதும் இல்லை. மொட்டைத் தலையால் முட்டித் தள்ளுவதுதான். அதுவும் 'தூரப்

போ' என்று சொல்வதாக இருக்கும். இன்னொரு சினையாடு கொஞ்சம் அரவணைப்பாய்ப் பூனாச்சியைப் பார்க்கும். தன் முகத்தை வைத்து உரசும்போது பூனாச்சிக்கு ஏதோ தன் தாயே வந்து அணைப்பது போலிருக்கும். அதனருகே ஒட்டிப் படுத்துக்கொண்டாலும் அது ஒன்றும் செய்யாது. அது சினையாக இருப்பதை அறியாமல் மடியைத் தேடி ஓடினால் மட்டும் அதற்கு ஆகாது. காலைத் தூக்கித் தூர நகர்ந்துகொண்டு லேசான கனைப்பில் 'இந்த வேலை வேண்டாம்' என்பதாக மிரட்டும்.

மற்றபடி மூன்று வேளையும் நீத்தண்ணியும் எப்போதாவது ஓரிரு சொட்டுப் பாலும் குடித்து உயிரை வைத்துக்கொண்டிருந்தாள் பூனாச்சி. இரவில் கூடைக்குள் அடைப்பு. பகலில் கொட்டாய்க்குள்ளும் வாசலிலும் குடிசைக்குள்ளும் படுக்கை. வெள்ளாடுகளை மேய்ச்சலுக்கு ஓட்டிப் போகும்போது கிழவியின் கைக்குள் அடக்கம். காட்டுக்குள் கிழவியின் கால்களுக்குள் புகுந்து நடை. இப்படித்தான் பூனாச்சி நாளுக்கு நாள் வளர்ந்தது. அங்கே வந்து சேர்ந்து பதினைந்து நாட்கள் ஆயின. கிழவியின் சொந்தக்காரக் கிழவி ஒருந்தி அன்றைக்கு அங்கே வந்து இராத்திரி தங்கினாள். இருவரும் வெகுநேரம் பழமை பேசிக்கொண்டிருந்தார்கள். கிழவன் குடிசைப்பக்கம் கட்டில் போட்டிருந்தான். கிழவிகள் இருவரும் வாசலில் கட்டில் போட்டுப் படுத்திருந்தார்கள். அது தேய்பிறை இரவு. நிலா உதிக்காத முன்னிரவு. கருமிரவு. அவர்கள் பேச்சு முடிகிறபாடில்லை. அந்தக் காலக் கதைகள் பலவும் பேச்சில் வந்துகொண்டிருந்தன. பேச்சுவாக்கிலேயே இருவரும் வாயைப் பிளந்துகொண்டு தூங்கிவிட்டனர்.

அன்றைக்குக் கிழவி பூனாச்சியை மறந்துவிட்டாள். கூடையில் அடைக்கவில்லை. பூனாச்சி இரண்டு மூன்று சத்தம் கொடுத்துப் பார்த்தாள். கிழவிக்குக் கேட்கவில்லை. எங்கே படுப்பது என்று தெரியவில்லை. குடிசைக்குப் போய் வெள்ளாட்டருகில் படுத்துக்கொள்ளலாமா என்று யோசித்தாள். இருளில் வெள்ளாடு புரண்டால் அதன் அடியில் சிக்கி நசுங்க வேண்டி வரும். அப்படியும் ஒருசில சமயம் நடந்திருக்கிறது. வாசலில் இருந்து இருளுக்குள் நடக்கப் பயமாகவும் இருந்தது. அதனால் கிழவியின் கட்டில் அடியில் சாணப் புழுதியில் படுத்துக்கொண்டாள். அன்றைக்கு நீத்தண்ணி நல்ல புளிப்பு. அந்த ருசி பூனாச்சிக்கு மிகவும் பிடிக்கும். புது நீத்தண்ணியாக இருந்தால் வெறும் தண்ணீர் மாதிரிதான் இருக்கும். புளிப்பாக இருந்ததால் வழக்கத்தைவிடவும் அதிகமாகவே குடித்திருந்தாள்.

வயிறு முட்டி போல வீங்கியிருந்தது. கிறக்கத்தில் கால்களை அகட்டிப் பரப்பி நன்றாகத் தூங்கினாள்.

தூக்கத்தில் கனவோ என்னவோ. சட்டெனக் கழுத்தைக் கவ்வுவதை உணர்ந்து அனிச்சையாகக் குரலெடுத்து 'வீச்'செனக் கத்தினாள். அதுதான் அதுவரைக்கும் பூனாச்சியின் பெருங்குரல். குரல் கேட்டு விழித்த கிழவி 'தூய் தூய்' என்று கத்தியபடி எழுந்து கட்டிலோரம் வைத்திருந்த தடியைத் தூக்கிக்கொண்டு குரல் வந்த திக்கில் ஓடினாள். அப்போதுதான் நிலா கிளம்பி வெளிவந்து கொண்டிருந்தது. லேசான வெளிச்சத்தில் பூனாச்சியை ஏதோ ஒரு சீவன் கவ்விக்கொண்டு ஓடுவதைக் கண்டுகொண்டாள். ஒரு கத்தலுக்குப் பிறகு பூனாச்சிக்குக் குரல் அடைத்துக்கொண்டது. கூரிய பற்களுக்கு இடையே தன் கழுத்து சிக்கிக்கொண்டிருப்பதை உணர்ந்தாள். ஏது என்னவென்று தெரியவில்லை. கிழவி கைத்தடியை வீசி எறிந்தாள். அந்தச் சீவனின் முதுகில் ஓங்கிப் பட்டுத் தெறித்துப் போய் விழுந்தது தடி. எதிர்பார்க்காமல் விழுந்த அடியால் தடுமாறிய சீவனின் பிடி நழுவிப் பூனாச்சி கீழே விழுந்தாள். வேகத்தில் இரண்டு மூன்று முறை புரண்டாள். அந்தச் சீவனால் பூனாச்சியை உடனே கண்டுபிடிக்க முடியவில்லை. அது தேடுவதற்குள் கிழவி 'தூய் தூய்' எனக் கத்திக்கொண்டே அருகில் வந்துவிட்டாள். சீவன் தான் பிழைத்தால் போதும் என்று ஓட்டம் விட்டது. வாயில் இரை இல்லாததால் அதன் ஓட்டம் வெகுவேகம்.

அரவம் ஏதும் கேட்காமல் கிழவி நின்றாள். எழ முடியாத பூனாச்சி மெலிந்த குரலில் கத்தினாள். புல்லைக் கிழித்தது போன்ற சத்தம்தான் என்றாலும் கிழவிக்குக் கேட்டுவிட்டது. அந்த இடத்தில் வந்து துழாவினாள். அதற்குள் நிலா சற்றே மேலேறி வெளிச்சம் வந்திருந்தது. பூனாச்சியை வாரி எடுத்த கிழவி உடனே கொட்டாய்க்குக் கொண்டு வந்தாள். கிழவனும் சொந்தக்காரக் கிழவியும் எழுந்து 'என்னாச்சு என்னாச்சு' என்றார்கள். கிழவன் கையில் பூனாச்சியைப் போட்டுவிட்டு உள்ளோடி விளக்கைப் பற்ற வைத்தாள் கிழவி. பூனாச்சி வந்த அன்று ஏற்றிய விளக்கு திரியுடன் அப்படியே இருந்தது. விளக்குடன் வெளியே வந்தபோது பூனாச்சியை மடியில் வைத்துத் தடவிக்கொண்டிருந்தான் கிழவன். விளக்கொளியில் பார்த்தபோது பூனாச்சியின் கழுத்தின் இரண்டு பக்கமும் பற்கள் பதிந்திருந்தன. ஒருபக்கம் லேசுதான். இன்னொரு பக்கம் அழுந்தப் பதிந்து ரத்தம் சொட்டியது.

பாண்டம் துலக்கும் இடத்தில் தாத்தாப் பூட்டைக் கிழவி வளர்த்திருந்தாள். அங்கோடி தழை பறித்து வந்து கசக்கிக்

காயத்தில் விட்டாள். அதிர்ச்சியிலும் வலியிலும் மயக்க நிலையில் இருந்த பூனாச்சிக்குத் தழைச்சாற்றின் எரிச்சல் தெளிவைக் கொடுத்தது. எரிச்சல் தாங்காமல் கத்தினாள். 'குட்டி பொழச்சுக்குமாயா' என்றாள் சொந்தக்காரக் கிழவி. 'தெனமும் குட்டியக் கூடையில அடச்சு வெச்சுட்டுத்தான் படுப்பன். இன்னைக்குப் பாரு பேச்சு ருசியில அப்படியே தூங்கிட்டன். கள்ளுப் போத சாராயப் போதைன்னு சொல்றாங்களே, அதெல்லாம் போத கெடையாது. இந்தப் பேச்சுத்தான் போத. பேச்சுப்போத மீறுச்சுன்னா எல்லாத்தயும் மறந்திருவம்' என்று ஆதங்கப்பட்டாள் கிழவி. 'எப்பிடியோ ஓடிப் புடிச்சிட்டயே. வந்தது என்னன்னு தெரிஞ்சுதா' என்றான் கிழவன்.

●

4

பூனாச்சியைப் பிடித்துக்கொண்டு போன உருவத்தை அவளே அறியவில்லை. கழுத்தைக் கவ்வியதும் உடல் அந்தரத்தில் தொங்கியதும் ஏதோ கனவைப் போலத் தோன்றின. அது நாயாக இருக்க முடியாது. நாய்க்கு இப்படி இரவில் வந்து திருட்டுப் பிடி பிடிக்கத் தெரியாது. நரியாக இருக்கலாம். நரியும்கூட இப்படி ஒரு புழுக்கைக் குட்டியைக் கவ்வாது. இன்னும் மூன்று குட்டிகள் இதைவிடப் பெரிதாகவும் சதையோடும் குடிசையில் படுத்திருந்தன. நரி அவற்றைத்தான் குறி வைத்திருக்கும். வீட்டுப் பூனைக்கு எலியைவிடப் பெரிய இரை கிடையாது. இது காட்டுப் பூனையாக இருக்க வேண்டும். கரட்டுப் பக்கம் திரியும் காட்டுப் பூனைகளைச் சிலர் கண்டிருக்கிறார்கள். அதுதான் சரியான இரை கிடைக்காமல் இப்படி வெள்ளாமைக் காடுகளுக்குள் நுழைந்திருக்கக்கூடும். ஒருமுறை பிடித்து ருசி கண்டுவிட்டால் அப்புறம் கட்டுப்படுத்த முடியாது.

ஒருகாலத்தில் அவர்கள் நாய் வளர்த்தார்கள். அப்புறம் நாய்க்குச் சோறு போட வேண்டுமே என்று வளர்ப்பதை நிறுத்தினார்கள். கடைசியாக அங்கிருந்த நாய் நல்ல சுட்டி. அதன் பார்வைக்குத் தப்பி ஈ எறும்புகூட உள்ளே வந்துவிட முடியாது. நாய்க்கு ஓராள் சோறு வேண்டும். இரண்டு சீவனுக்கே திண்டாட்டமாக இருக்கும்போது கூடுதலாக ஒரு சீவன் என்னத்துக்கு? வருசாவருசம் மழை குறைந்து விளைச்சல் குறையும்போது வீட்டில் இன்னொரு ஆள் இருப்பது சோற்றுச்சுமை

அல்லவா? எப்படியோ பூனாச்சி தப்பினாள். 'இந்த உசுர அன்னைக்கே கழுகு கொத்திக்கிட்டுப் போவப் பாத்துச்சு. இன்னைக்குப் பூன. இதோட உசுரு கெட்டியாயா' என்றாள் கிழவி. கழுத்தையும் முதுகையும் தடவிக் கொடுத்துக்கொண்டே தன்னருகில் கட்டிலில் படுக்க வைத்துக்கொண்டாள் கிழவி.

மறுநாள் காலையில் இருந்தே ஊர்ச்சனம் கொட்டாயை நோக்கி வர ஆரம்பித்துவிட்டது. ஊர் முழுக்கவே ஆடுகளும் மாடுகளும் அதிகம். அவற்றை நம்பித்தான் சனத்தின் பிழைப்பு நடந்தது. அதனால் குட்டியைப் பிடித்துப் போக எதுவோ வந்திருக்கிறது என்றதும் எல்லாரும் பயந்து போனார்கள். விசாரித்துப் போக வரிசை கட்டிச் சனம் வந்தது. மகள் திருமணத்தின்போது கொட்டாயை நோக்கி ஊரே வந்து போயிற்று. அதன்பின் பத்து வருசத்திற்கு மேலாக இந்தப் பக்கம் எட்டிப் பார்க்கச் சனத்திற்குத் தேவையுமில்லை; நேரமும் இல்லை. இப்போது இந்தப் பூனாச்சியால் வந்த பாக்கியம் என்று நினைத்தாள் கிழவி. எல்லாரும் பூனாச்சியைப் பார்த்துவிட்டுச் சிரித்தார்கள்.

'எங்காயா இப்பிடி ஒரு குட்டியப் புடிச்சீங்க?'

'இது வளந்திருமா?'

'தரையோட ஊர்ந்துக்கிட்டுக் கெடக்குதே, எலிக்குஞ் சாட்டம்' என்றெல்லாம் ஏதேதோ பேசினார்கள்.

'இந்தச் சீவனுக்கா காட்டுப்பூன கட்டுச்சோறு கட்டிக்கிட்டு வந்திரிச்சு' என்றும் ஆச்சர்யப்பட்டார்கள்.

நரியோ காட்டுப்பூனையோ எதுவென்று தெரிந்தால் தங்கள் ஆடுகளைப் பாதுகாப்பாக வைத்துக்கொள்ளலாம் என்னும் எண்ணம் எல்லாருக்கும். பூனாச்சியின் கழுத்துக் காயத்தைப் பார்த்து ஒவ்வொருவரும் விதவிதமான அனுமானங்களைச் சொன்னார்கள். கடைசியில் எல்லோரின் கருத்தும் 'காட்டுப்பூனை' என்பதாகவே இருந்தது. அதைக் கண்ணி வைத்துப் பிடித்துவிடலாம் என்று ஆண்கள் சிலர் திட்டமிட்டார்கள். காட்டுப்பூனையின் கறி வேக வைத்த பிறகு உருண்டு நுங்குக் குரம்பை போலாகிவிடும் என்றும் அதைப் போன்ற ருசி வேறு எந்தக் கறிக்கும் கிடையாது என்றும் வயசாளிகள் நாக்கைச் சப்புக் கொட்டிப் பேசி ஆசையைத் தூண்டினார்கள். வீடுகளின் அட்டாலிகளில் கிடந்த கண்ணிகள் கீழிறங்கி இனி ஊரில் கொஞ்ச நாளுக்குச் சலசலப்பு இருக்கும் எனத் தோன்றியது.

‘குட்டிக்கு அட்டுப்பாலுக் குடுக்கறயா?’ என்று ஒற்றை ஆட்டுக்காரி ஒருத்தி கேட்டாள்.

‘பாலுக்கு எங்காயா போறது? அந்தத் தாயாட்டுல ரண்டு வாய் ஊட்டடிப்பன். அது என்னமோ பக்கத்துல போனாலே ஒதச்சிக்கிட்டுப் போவுது. அப்பறம் மூனு வேளையும் நாங்க குடிக்கற நீத்தண்ணியத்தான் சீசாவுல ஊத்திக் குடுக்கறன்’ என்றாள் கிழவி.

‘ஆயா... சந்தக்கிப் போனயின்னா ஒருவீச தேங்காப் புண்ணாக்கு வாங்கியாந்து ஊறப் போட்டு அந்தத் தண்ணியக் குடு. குட்டி பெலத்து எந்திருச்சிரும்’ என்றாள் ஆட்டுக்காரி.

எத்தனையோ காலமாக ஆடுகளோடு பழகியிருந்தாலும் இதுவரைக்கும் இப்படித் தனியாக ஒருகுட்டியை வளர்த்துப் பழக்கமில்லை கிழவிக்கு. இந்தத் தேங்காய்ப் புண்ணாக்கு விஷயம் எப்படி நினைவுக்கு வராமல் போயிற்று என்று நினைத்தாள். அடுத்த வாரமே சந்தைக்குப் போய்ப் புண்ணாக்கு வாங்கிவர வேண்டும் என்று முடிவு செய்தாள். அது ஒன்றும் பெரிய செலவில்லை. ஒருவீசை வாங்கி வைத்துவிட்டால் மாதக் கணக்கில் வரும். கொட்டைப் பாக்கு அளவுக்குப் போட்டு ஊற வைத்தால் அன்றாடம் ஒருவேளைக்குப் போதும். மற்றபடி வழக்கம் போல நீத்தண்ணி கொடுக்கலாம்.

பூனாச்சியைப் பிடித்து மடியில் இருத்தி ஆசையாகக் கொஞ்சிய பட்டி ஆட்டுக்காரி ஒருத்தி அதன் காதுகளைத் தூக்கித் தூக்கிப் பார்த்தாள். நடுவிரல் அளவுக்கு நீண்டு பின் மடிந்து தொங்கிய காதுகள் அவளுக்குப் புதிதாக இருந்தன. குட்டி சின்னதாக இருந்தாலும் காது நல்ல நெடிக்கம் என்று நினைத்தாள்.

‘இப்பிடித் தூங்கருப்புல குட்டி கெடைக்கோணுமே ஆயா. வெள்ளையும் செம்மியும் கொட்டிக் கெடக்குது. கறுப்பு எங்காச்சும் அதிசயமாத்தான் இருக்குது. உனக்கு வாச்சிருக்கறது அதிசயந்தானாயோய். ஆமா இன்னங் குட்டிக்குக் காது குத்துலியாட்டம் இருக்குது?’ என்றாள் அவள்.

அப்போதுதான் கிழவனுக்கும் கிழவிக்கும் குட்டிக்குக் காது குத்த வேண்டுமே என்னும் நினைவு வந்து பதறிப் போனார்கள். சந்தையில் குட்டி வாங்கினாலும் காது குத்தியிருக்கிறதா என்று பார்த்துத்தான் வாங்குவார்கள். இது தடத்தில் கிடைத்த குட்டி. காதுகுத்து பற்றி நினைவே இல்லாமல் போய்விட்டது. ஒன்றரை மாதத்திற்கு முன்னால்தான் தாயாட்டின் மூன்று குட்டிகளுக்கும்

காது குத்தினார்கள். அதற்கே பாடாய்ப் பட வேண்டியாயிற்று. இதைக் கொண்டு போனால் என்ன சொல்வார்களோ?

அன்றைக்கு இரவு கிழவனும் கிழவியும் ஆலோசித்தார்கள். பூனாச்சிக்கு எப்படிக் காது குத்துவது? அந்த ராசாங்கத்தில் அது ஒரு நடைமுறை. தன் பிரஜைகளுக்கும் பிரஜைகளின் வளர்ப்புப் பிராணிகளுக்கும் ராசாங்கமே காதுகுத்தி விடும். ராச்சியத்திற்கு உட்பட பகுதிக்குள் ஒருயிர் புதிதாக உதித்தால் உடனடியாகத் தெரியப்படுத்த வேண்டும். குழந்தைகளுக்கும் வளர்ப்பு மிருகங்களுக்கும் காதுகுத்து. விவரம் பதிந்து ராசாங்கமே காது குத்திவிடும். பிறந்து மாதம் ஒன்றுக்குள் காது குத்திவிட வேண்டும். சாவு, விற்பனை ஆகியவற்றையும் பதிய வேண்டும். அது பிரச்சினையில்லை. சாதாரணம். காதுகுத்து எண்ணைச் சொல்லிப் பதிந்தால் போதும். ஆனால் காதுகுத்து அப்படியல்ல. பெருங்கூட்டம் இருக்கும். கேள்விகள் கேட்பார்கள். தகவல்கள் சரியாக இருக்க வேண்டும். சரியில்லை என்று நிராகரித்துவிட்டால் பெரும்சிக்கல். அதிகாரிகளைப் பார்த்துச் சரிசெய்ய அலைய வேண்டும். சந்தையில்கூடக் காதுகுத்து முடிந்த குட்டிகளையே விற்பார்கள், வாங்குவார்கள். பகாசுரன் கொடுத்தபோது பரவசத்தில் காதுகுத்து பற்றிய யோசனையே இருவருக்கும் வரவில்லை.

●

5

பூனாச்சிக்குக் காது குத்துவதில் முக்கியமான பிரச்சினை அவள் பிறப்பு எங்கே நிகழ்ந்தது, தாய் யார், தாயை வளர்த்தவர் யார், எவ்வளவு பணத்திற்குப் பெறப்பட்டது என்றெல்லாம் கேள்விகள் வரும். அவற்றைச் சமாளிக்க வேண்டும். தானம் கிடைத்த குட்டி, பகாசுரன் ஒருவன் கைமாற்றிக் கொடுத்தது எனச் சொன்னால் பொய்க்கதை என்று வழக்குப் பதிந்துவிடுவார்கள். அந்தப் பகாசுரனைக் கையோடு கூட்டி வா, அவனுக்குக் காது குத்தியிருக்கிறதா, அவன் அயல்தேசத்து ஒற்றனாக இருக்கலாம், நீயும் ஒற்றனுக்கு உடந்தையா எனக் குற்றக்கணைகள் பாயும். காதுகுத்து இல்லாமல் குட்டியை வைத்திருந்தால் அவன் ராசாங்க விரோதியாகவும் இருக்கலாம் என்பார்கள். அவனோடு உனக்கு எப்படித் தொடர்பு வந்தது, என்னென்ன அவனிட மிருந்து வாங்கியிருக்கிறாய் எனக் கேட்டால் பதில் ஏதும் சொல்ல முடியாது. தன் மக்களை எந்தக் கணத்திலும் எதிரியாகவும் விரோதியாகவும் துரோகியாவும் ஆக்கிவிடும் வல்லமை படைத்தது ராசாங்கம்.

எல்லாம் யோசித்து இன்னும் ஒரு பத்துப் பதினைந்து நாள் பொறுத்திருப்பது என்று முடிவு செய்தார்கள். அதற்குள் சினையாடு குட்டி போட்டுவிடும். முதல் ஈத்தின்போது அது ஒரே ஒரு குட்டிதான் போட்டது. அடுத்தடுத்த ஈத்துக்களில் மாற்றமே இல்லாமல் இரண்டிரண்டு குட்டிகள். இந்த ஈத்தும் இரண்டு குட்டிதான் போடும். பூனாச்சியையும் சேர்த்து மூன்று குட்டி என்று சொல்லிவிடலாம். அதற்குப் பூனாச்சியின் உருவம் உதவும். பூனாச்சியின் கறுப்பு நிறமும் ஒரு பிரச்சினை.

ராசாங்கத்தில் பெரும்பான்மை வெள்ளைதான். செம்மியில் கொஞ்சம் உண்டு. கறுப்பு அரிதோ அரிது. ஒருகாலத்தில் கறுப்பு நிறைந்திருந்ததாகவும் அவை ஏதாவது குற்றத்தில் ஈடுபடும்போது இருளில் அடையாளம் காண முடியாமல் போய்விடுவதால் திட்டமிட்டு ராசாங்கம் அழித்ததாகவும் சொல்வதுண்டு. ஆனாலும் எப்படியோ அங்கும் இங்குமாகக் கறுப்பு இருக்கத்தான் செய்கிறது. கறுப்பைக் கண்டாலே வெறுப்புத்தான். அதிகாரிகள் எச்சரிக்கையாவார்கள்.

அன்றிலிருந்து பூனாச்சிக்கு நீத்தண்ணிகூடக் குறைவாகத்தான் கிடைத்தது. அதன் உடல் பலத்துவிடக் கூடாது என்பதில் கவனமாக இருந்தாள் கிழவி. சினையாடு குட்டி போட்டு நான்கைந்து நாளில் கொண்டு போகலாம். அப்போது ஈன்ற குட்டிக்கும் பூனாச்சிக்கும் வித்தியாசம் தெரியக்கூடாது. தேங்காய்ப் புண்ணாக்கு விசயத்தைத் தள்ளிப் போட்டுவிட்டாள் கிழவி. பூனாச்சியின் இரவு தூங்குமிடமும் மாறிவிட்டது. கொட்டாய்க்குள்தான் அடைப்பு. கூடையின் மேல் ஒரு மரக்கட்டையையும் வைத்தாள் கிழவி. அந்த இரவுக்கு அப்புறம் சில இரவுகள் கிழவனும் கிழவியும் தூங்கவே இல்லை. காட்டுப்பூனை வரக்கூடும் என எதிர்பார்த்திருந்தார்கள்.

யாராவது ஒருவர் கொஞ்ச நேரம் கண் மூடினாலும் இன்னொருவர் விழித்திருந்தார்கள். வயதான காலத்தில் கண்ணுறங்கும் நேரம் கொஞ்சம்தானே. பூனாச்சிக்கு இருட்டு என்றாலே பயமாகிவிட்டது. கொட்டாய்க்குள் அடைத்தாலும் கிழவியின் குரல் கேட்டால் கொஞ்சம் தைரியம் வரும். ஏதோ ஒரு பயங்கர உருவத்தின் வாயில் தான் தொங்கிக்கொண்டிருப்பதான தோற்றம் கனவில் வந்துகொண்டேயிருந்தது. திடீர் திடீரெனக் குரலெடுத்துக் கத்தினாள். குலதெய்வம் மேசாசுரனுக்குக் கிழவி வேண்டுதலை வைத்தாள். 'இந்தப் பூனாச்சி பருவமாகிக் குட்டி போட்டால் முதல் கிடாக்குட்டி உனக்குத்தான் மேசய்யா' என்பது அவள் வேண்டுதலை.

பூனாச்சியைக் காட்டுப்பூனை கவ்விய பன்னிரண்டாம் நாள் சினையாடு குட்டி போட்டது. அவர்கள் எதிர்பார்த்த மாதிரியே இரண்டு குட்டிகள். இந்த முறை இரண்டும் கிடா. எப்போதுமே கிடாக் குட்டிகள் தாட்ரிக்கமாகவும் மூட்டுக்குட்டிகள் பூஞ்சையாகவும்தான் இருக்கும். இரண்டு கிடாக்களுக்குப் பிறகு பூனாச்சி என்றால் ஒத்துக்கொள்வார்கள். திருப்தியாக இருந்தது. குட்டிகள் இரண்டும் போட்ட அன்றே துள்ளிக் குதித்து விளையாடின. மூன்றாம் நாள் காதுகுத்துக்குப் போவதென்று முடிவாயிற்று. எப்போதும் வெளியே கிளம்புவது

என்றால் ஆர்வமாக இருக்கும் கிழவன் 'என்னால ஆகாது. நீ போய்ட்டு வந்திரு' என்று சொல்லிவிட்டான். அவனை அதற்குமேல் வற்புறுத்த முடியாது. ஒரு வெள்ளாடு, மூன்று குட்டிகள் எல்லாவற்றையும் ஒரே ஒருத்தி எப்படிக் கொண்டு போவது? அங்கே போய் எப்படிச் சமாளிப்பது? துணைக்கு வர யார் இருக்கிறார்கள்? பட்டுத்தானே ஆக வேண்டும் என்று கிழவி கிளம்பினாள்.

குட்டிகளை விடிகாலையில் நன்றாக ஊட்டடித்தாள். அவை பூங்குட்டிகள். வயிறு நிரம்பியதும் தூங்கின. பூனாச்சியையும் சேர்த்துக் கூடைக்குள் வைத்துக்கொண்டாள். கூடையிலேயே சோற்றுக்குண்டாவையும் வைத்தாள். குட்டிகள் தள்ளிவிடாதவாறு வேடு கட்டினாள். கையில் வெள்ளாட்டைப் பிடித்துக்கொண்டாள். கருக்கலிலேயே புறப்பட்டுவிட்டாள். பழகிய வெள்ளாடு என்பதால் பிரச்சினை இல்லை. இழுத்த இழுப்புக்கு வந்தது. அவ்வப்போது குட்டிகளுக்காகக் கத்தியது. கூடையிலிருந்து குட்டிகள் ஒரு குரல் கொடுத்தால் போதும். சத்தமடங்கி நடக்கும். விடிகாலையில் கடலைக்கொடி போட்டுத் தின்னவைத்து அதன் வயிற்றையும் நிரப்பியிருந்தாள். காடுகளைக் கடந்து சாலை கண்டு நடந்தாள்.

அவள் காட்டிலிருந்து மூன்று கல் தொலைவில் காதுகுத்துக் காரியாலயம் இருந்தது. அங்கே போய்ச் சேர்ந்தபோது கிழவிக்கு முன்னால் பெருங்கூட்டம் நின்றது. எத்தனை பேர் என்று சரியாகக் கணக்கிட முடியவில்லை. ஒருவழியாக வரிசையில் இடம் பிடித்தாள். வரிசைக்குள் யாரும் குறுக்கே நுழைந்துவிடுவார்களோ என்று எச்சரிக்கையோடு பார்த்துக்கொள்ள வேண்டியிருந்தது. முன்னால் நிற்பவர்களிடம் யாரேனும் பேசப் போனால்கூட வரிசைக்குள் நுழைய முயல்கிறார்களோ என்று சந்தேகம் வந்தது. யார் ஒருவரையும் நம்ப இயலவில்லை. எல்லார் மேலும் சந்தேகம்தான். அதிகாரிகள் பத்து மணிக்குத்தான் வந்து சேர்வார்கள். இன்னும் நேரம் கழித்து வந்தால் வரிசையில் பின்னுக்குப் போக வேண்டியாகிவிடும். வேலை இன்றைக்கு முடியாது என்று தெரிந்தது. சீட்டைக் கையில் வாங்கிவிட்டால் இரவுக்குள் வேலை முடிந்துவிடும் என்னும் நம்பிக்கை வந்தது. நாளைக்குக் காலையில் புறப்பட்டு மெதுவாக ஊர் போய்ச் சேர்ந்துவிடலாம்.

முன்னால் நின்றவர்களில் சிலர் செம்மறிகளையும் வைத்திருந்தார்கள். செம்மறி என்றால் ஒரே ஒரு குட்டிதான் போடும். வேலை சீக்கிரம் முடிந்துவிடும். கிழவி எண்ணிப் பார்த்தாள். முன்னால் பத்துப் பன்னிரண்டு வெள்ளாடுகளும்

மிகுதியான செம்மறிகளும் இருந்தன. பெரும்பாலான பேர் அவளுக்குத் தெரிந்தவர்களாகவே இருந்தனர். அவர்களுடன் பேசிக்கொண்டு வரிசையில் உட்கார்ந்தாள். பொழுது கொஞ்சம் மேலே வந்ததும் சோற்றைக் கரைத்துக் குடித்தாள். இன்னும் இரண்டு வேளைக்கு எப்படியும் தேவை என்பதால் ஏதோ வாயும் வயிறும் நனையும்படி குடித்துவிட்டு மிச்சம் வைத்துக்கொண்டாள். கூடைக்குள் கிடந்த குட்டிகளை எடுத்து வெளியே விட்டாள். அவை தாயிடம் ஊட்டின. பக்கத்தில் இருந்த இன்னொரு பெண்ணை உதவிக்கு வைத்துக்கொண்டு பூனாச்சிக்கும் இரண்டு ஊட்டு கிடைக்கும்படி செய்தாள். அந்தப் பெண் கேட்டாள் 'ஏன் இதோட குட்டியில்லயா இது?' 'இதோடதுதான். பாக்க மாட்டீங்குது' என்று பதில் சொன்னாள் கிழவி. சில வெள்ளாடுகள் தான் போட்ட குட்டியையே பார்க்காமல் உதைத்துத் தள்ளுவதுண்டு. அதைத் தனக்குச் சாதகமாக்கிப் பதில் சொன்னாள் கிழவி.

நேரம் ஆக ஆக வரிசை கூடியது. காரியாலய வளாகம் முழுவதும் ஆடுகளின் கத்தலும் ஆட்களின் பேச்சுமாக ஒரே ஆரவாரம். சிலர் வரிசைக்குள் நுழைவதும் முன்பே வந்து இடம் போட்டு வைத்தேன் என்று சொல்வதுமாகக் களேபரம். காரியாலய ஆட்கள் இருவர் வந்து சத்தம் போட்டவர்களை மிரட்டி வரிசைக்குக் கொண்டுபோனார்கள். பின்னாலிருந்த சிலர் முன்னால் போகவும் ஏற்பாடு செய்தார்கள். அதை யாரும் கேட்க முடியாது. 'அதிகாரி கூட்டிக்கிட்டு வரச் சொன்னாரு' என்று பதில் வரும். மேலும் யார் கேட்கிறார்களோ அவர்கள் முறை வரும்போது ஏதாவது சொல்லிக் காதுகுத்தை இழுத்தடிப்பார்கள். எதற்கு வம்பு என்று பேசாமல் இருந்தால், அவர்களிடம் பணிந்தும் பவ்வியமாகவும் நடந்தால் வேலை நடக்கும்.

வாயிருப்பது மூடிக்கொள்ளத்தான். கையிருப்பது கும்பிடு போடத்தான். காலிருப்பது மண்டியிடத்தான். முதுகிருப்பது குனியத்தான். உடலிருப்பது ஒடுங்கத்தான். ராசாங்கத்திடம் எப்படி நடந்துகொள்ள வேண்டும் என்பதை எல்லாரும் நன்றாகவே கற்றிருந்தார்கள். இவை எல்லாவற்றையும் செய்துகொண்டு ஒவ்வொருவரும் தம் ஆடுகளைப் பிடித்து நிறுத்தி வைக்க மிகவும் கஷ்டப்பட்டார்கள். வரிசையில் தம் இடத்தைக் காப்பாற்றிக்கொண்டு அதேநேரம் ஆடுகளையும் உடைமைகளையும் பாதுகாத்துக்கொள்ள வேண்டும். வெயில் ஏற ஏற ஒவ்வொருவரும் தலையில் துணியைப் போட்டுக்கொண்டார்கள். அங்கங்கே விதவிதமான ஆட்கள். ஆடுகள். பூனாச்சிக்கு மிகவும் பயமாக இருந்தது. கிழவியின் மடிக்குள் புகுந்து படுத்துக்கொண்டாள். 'முட்டாத படுத்துக்க.

பயப்படாத. கார முள்ளுக் குத்துனாப்பல சுருக்குன்னு இருக்கும். அவ்வளவுதான்' என்று தடவிக் கொடுத்தாள் கிழவி.

'எதுக்காயா ஆட்டுவளுக்குக் காது குத்தறாங்க?' என்று பின்னால் நின்றுகொண்டிருந்த இளம்பெண் ஒருத்தி ரகசியத்தைக் கேட்பது போலக் கிசுகிசுப்பாய்க் கேட்டாள்.

'ஆடுவளுக்கு இது அடையாளம் பாத்துக்க. காதுகுத்தி அதுல ஒரு தோடு போட்டுடுவாங்க. அதுல என்னமோ எண்ணு இருக்குமாமா. அத வெச்சு எல்லாத்தயும் கண்டுபுடிச்சிருவாங்களாம். ஆடுவளுக்குக் கொம்பிருக்குதுல்ல. எப்பவாச்சும் கொஞ்சம் கோவம் வந்து ராசாங்கத்துக்கு எதிராக் கொம்ப ஆட்டிருச்சின்னு வெச்சுக்க. என்ன செய்றது? அடையாளம் கண்டுக்கோனுமில்ல... அதுக்குத்தான் இந்தக் காதுகுத்து' என்று கிழவி தனக்குத் தெரிந்த வகையைச் சொன்னாள்.

'அதில்லயாயா. நம்ப ராசாங்கத்துல எத்தன ஆடுவ இருக்குது, அதுல செம்மறி எத்தன, வெள்ளாடு எத்தன, எத்தன பாலுக் குடுக்குது, எத்தன செனையா இருக்குது அப்பிடீன்னெல்லாம் ராசாங்கத்துக்குக் கணக்கு வேணுமில்ல. அதுக்குத்தான்' என்று பின்னாலிருந்த ஆள் ஒருவர் சொன்னார்.

'அட ஆடுவ காணாத போயிருச்சின்னா கண்டுபிடிக்கலாம். எங்காச்சும் திருட்டுப் போயிருந்தாலும் கெடச்சிரும். அதுவளே கோவிச்சிக்கிட்டுப் போயி ஒளிஞ்சிக்கிட்டாலும் தெரிஞ் சிரும். அதுவ காதுல குத்தறது சும்மா இல்ல. வெயில்ல பாரு அத. அதுலருந்து ஒரு வெளிச்சம் வரும். அந்த வெளிச்சம் நம்மளுக்குத் தெரியாது. ராசாங்கத்துக்குத் தெரிஞ்சிரும்' என்றார் இன்னொருவர்.

'அதான் ஆடுவ சாது. அதுவ போயி என்ன செய்யப் போவுது?' என்றாள் அந்த இளம்பெண்.

'ஆடுவளக் கட்டி மேய்க்கறது சாதாரணமில்லயாயா. அதுவ திருடுவ. கொஞ்சம் ஏமாந்தா வெள்ளாமக் காட்டுக்குள்ள பூந்திரும். அழிவக் கொண்டாந்திரும். அதுவளக் கவுறு போட்டுக் கட்டி வெக்கோணும். மேயறப்ப அண்ணாங்காலுப் போடோணும். கண்காணிக்காத உட்டமுன்னு வெச்சுக்க திமிரெடுத்து என்ன வேண்ணாலும் செஞ்சிரும். நாங்க அந்தக் காலத்துல காட்டுலதான் இருந்தம், அங்கேயே போறம்னு போயிரும்' என்று கிழவி சிரித்தபடி சொன்னாள்.

'ஆமாமா. ஆடுவ கூடுனா அபாயம்னு சும்மாவா சொல்றாங்க' என்றார் ஒருவர்.

'என்ன வேண்ணாலும் சொல்லுங்கப்பா. என்னைக்கு ஆடுவ கூடுச்சு... கொம்பத் தூக்கிக்கிட்டு முட்ட வந்துச்சு? கொம்பிருக்கறதே சொறிஞ்சுக்கறதுதானப்பா' என்றார் பின்னா லிருந்த ஆள். 'இருந்தாலும் எச்சரிக்கையாக இருக்கோணுமில்ல' என்று இன்னொருவர் சொல்ல எல்லோரும் ஆமோதித்துச் சிரித்தார்கள்.

'அதெல்லாஞ் செரி. நம்மள எதுக்கப்பா இப்பிடி வரிச கட்டி வேகாத வெயில்ல நிக்க வெக்கறாங்க?'

'நம்மாளுகளுக்கு வரிசைல நிக்கற பழக்கமே கெடையாது. அதான் நிக்க வெச்சுப் பழக்கறாங்க.'

'எதுக்கு வரிசைக்குப் பழகோணும்?'

'இன்னைக்கு இருக்கற நெலம நாளைக்கும் இருக்குமா? கஞ்சிக்கில்லாத அலயறப்ப ஒருத்தர ஒருத்தரு அடிச்சிக்கிட்டுச் சாவக் கூடாது பாரு. இப்பருந்தே வரிசைக்குப் பழகிக்கிட்டா அப்பப் பிரச்சின வராதில்ல.'

'இல்லப்பா... நாட்டுக்குள்ள யார் யாரோ வர்றாங்க. வேல குடுக்கறமின்னு காட்டுவேலக்காரனுங்க எல்லாருத்தயும் கூட்டிக்கிட்டுப் போறாங்க. எல்லாத்தயும் உறிஞ்சரானுங்க. அப்பறம் சக்கையாத் தூக்கிப் போட்டுருவானுங்க. அப்ப என்ன பண்றது? ஒரு நெருப்புக்குச்சி வேண்ணாலும் சுலபமா கெடைக்காது. வரிசைல நிக்கோனும். அதுக்குத்தான் பழகறம்.'

'அட நீயொருத்தன் போ. வருசத்திக்கி வருசம் மழ தண்ணி கொறஞ்சிக்கிட்டே வருது. இப்பிடியே போனாப் பஞ்சகாலம் வந்திரும். அப்பக் கஞ்சித்தொட்டி தொறந்து எல்லாருத்துக்கும் ராசாங்கமே கஞ்சி ஊத்தும். அன்னைக்கு அடிச்சிப் புடிச்சு சனங்க செத்துப் போவக்கூடாது பாரு. அதான் இன்னைக்கே வரிச பழகறோம்.'

'வரிச பழகிக்கோணும்.'

'வரிச பழகோணும்.'

'வரிச பழகிக்கிறதுதான் முக்கியம்.'

'எல்லாத்துக்கும் வரிச வேணும்.'

'வரிசையில நிக்கப் பழகோணும்.'

'வரிசைல காத்திருக்கப் பழகோணும்.'

'வரிச பொறுமையக் கொடுக்கும்.'

'வரிச சகிப்பக் கொடுக்கும்.'

'வரிச பழகிக்கோணும்.'

'வரிச பழகோணும்.'

'என்னமோ போ. ஓராடு ரண்டாடு வெச்சிருக்கற நம்புளுக்குத்தான் இப்பிடிக் கஷ்டம். வேவாத வெயில்ல ஆட்டுவளயும் குட்டிவளையும் பாத்து இழுத்துக்கிட்டு வந்து வரிசையில நின்னும் படாத பாடு படறம். பெரும்பட்டி ஆடுவ நூறு எரநூறுன்னு வெச்சிருக்கறவங்களுக்கு என்ன கஷ்டம்?'

'அதான் அவியளுக்கெல்லாம் ராசாங்கமே ஆள அனுப்பி அங்கயே காதுகுத்தி உட்டுட்டு அவிய போடற சோத்தத் தின்னுட்டு வர்றாப்பல வெச்சிருக்குதே. நம்ம பாடுதான் கஷ்டம்.'

'அட எங்கூர்ல ஒருத்தன் ஆயரம் ஆடு வெச்சிருக்கறான். நீ நெனச்சுப் பாரு... ஆயரம் ஆடு. பட்டிய அவுத்து வெளிய உட்டா காடுமேடெல்லாம் ஆடாத் தெரியும். அட அது ஏன்... அதுவ பரந்து மேயறதப் பாத்தா இந்த ஒலகமே ஆடுவ ஒலகந்தான்னு நெனச்சிருவம். அப்பிடி இருக்கும். அதுல இந்தக் காதுகுத்த வர்ற ஆளுங்களுக்கு என்ன கணக்குத் தெரியும். அவிய சொல்றதுதான் கணக்கு. கையில நாலு தம்பிடிய வெச்சாக் கண்ண மூடிக்கிட்டு அவிய காட்டற குட்டிவளுக்குக் காதுகுத்தி உட்டுட்டுச் சாமி சாமின்னு கும்பிடு போட்டுட்டு வர்றானுவ.'

'அட ஆயா... இருக்கறவனுக்கு எப்பக் கஷ்டம் வந்துச்சு. இல்லாத இந்தக் கூமுட்டைகதான் இப்படி வந்து நின்னு சாகறம்.'

'மெதுவாப் பேசுங்காயா. எல்லாப் பக்கமும் ராசாங்கத்துக்கு காதிருக்குது.'

'ராசாங்கத்துக் காது செவுட்டுக் காதுன்னு முதுசொல்லு இருக்குதே.'

'நம்மளப் பத்திப் பேசுனா செவுடு. அதப் பத்திப் பேசுனா கூரு.'

பேச்சு போய்க்கொண்டேயிருந்தது.

●

6

ஒருவழியாக அதிகாரிகள் வந்து காதுகுத்துத் தொடங்கப் போகும் நேரத்தில் வரிசையின் பின்னிருந்த ஒராள் மயக்கம் போட்டு விழுந்து விட்டார் என்று ஆளாளுக்குக் கத்தினார்கள். அதிகாரி ஒருவர் அங்கே வந்தார்.

'எழவெடுத்த நாய்ங்க. காலங்காத்தால ஒன்னயும் வவுத்துக்குள்ள போடாத இங்க வந்து வரிசைல நின்னுக்கிறது. அப்பறம் மயங்கி உழுந்து நம்ம வேலயக் கெடுக்கறது. இதே வேலயாப் போச்சு. தூக்கிக்கிட்டுப் போயி நெவுல்ல போட்டுத் தண்ணிகிண்ணி குடுங்க. இன்னமே மயக்கம் போட்டா அவங்க ஆடுவளுக்கு இன்னைக்குக் காதுகுத்து கெடையாது. அடுத்த வாரத்திக்குத்தான்னு சொல்லி அனுப்பீருங்க' என்று உதவியாட்களுக்கு ஆணையிட்டார். ஆளைத் தூக்கிக்கொண்டு போனார்கள். போனவாரம் இப்படி ஒரு கிழவன் மயக்கம் போட்டுச் செத்தே போய்விட்டானாம்.

வரிசையில் நின்றவர்கள் கொண்டு வந்திருந்த தண்ணீரை, நீத்தண்ணியை, உணவை எடுத்து ஊற்றி ஈரக்குலையை நனைத்துக்கொண்டார்கள். வெயிலுக்கு மறைப்பாய் ஆண்கள் துண்டையும் பெண்கள் முந்தானையையும் தலையில் போட்டுக் கொண்டார்கள். லேசாக மயங்கிவிட்டால் வந்த காரியம் கெட்டுப் போய்விடுமே, அப்புறம் அடுத்த வாரத்திற்கு இன்னொரு முறை அலைய வேண்டுமே. காவல் வீரர்கள் அவ்வப்போது வந்து தடி கொண்டு

வரிசையை ஒழுங்குபடுத்தினார்கள். 'வரிசைல நில்லு வரிசைல நில்லு' என்று கூவிக்கொண்டே இருந்தார்கள்.

செம்மறிக்காரர்கள் ஒரு பிரச்சினையைக் கிளப்பினார்கள். செம்மறிக்கு ஒரே ஒரு குட்டி. வெள்ளாடுகள் ஐந்து குட்டிகள் வரைக்கும் கொண்டிருந்தன. ஐந்து குட்டிகளுக்கும் காது குத்தும்வரை பின்னால் ஒற்றைக் குட்டிக்காரன் காத்திருக்க வேண்டும். அதனால் 'எல்லாரும் ஒரே ஒரு குட்டிக்குத்தான் காது குத்த வேணும். இன்னொன்னுக்குன்னா இன்னொருக்கா வரிசைல வரோணும்' என்றார்கள். வெள்ளாட்டுக்காரர்கள் கடுமையாக எதிர்த்தார்கள். 'வேண்ணா உங்க செம்மறியையும் மூனு நாலு அஞ்சு குட்டி போட வைங்க' என்றார்கள். ஒருகுட்டிக்குக் குத்திய பிறகு திரும்பவும் வரிசைக்குப் போய் வருவதென்றால் மாதம் முழுக்க வரிசையில் நிற்க வேண்டும். இந்தப் பிரச்சினை கைகலப்பு அளவுக்குப் போயிற்று. உடனே வீரர்கள் வந்து பேச்சு நடத்தினார்கள். சொல்பேச்சு கேட்காத இரண்டொருவருக்கு அடியும் கிடைத்தது.

அதிகாரி வெளியே வந்து எல்லாருக்கும் முன்னால் நின்றுகொண்டு சத்தமாகப் பேசினார். 'ராசாங்கத்துக்கு எல்லாரும் ஒத்துழைப்புக் கொடுக்கோணும். வரிசைல நிக்கற ஆளு ஒருத்தருதான். அவரு எத்தன குட்டி வேண்ணாலும் வெச்சிருக்கலாம். அதுக்குக் கட்டுப்பாடு போட எதும் சட்டமில்ல. அதனால எல்லாரும் அனுசரிச்சுப் போனாத்தான் வேல நடக்கும்' என்றார்.

வெள்ளாட்டுக்காரர்களுக்குத் தனி வரிசை ஒதுக்குவது பற்றி ராசாங்கம் பரீசீலித்து வருவதாகவும் அதுவரைக்கும் சண்டை போட்டுக்கொள்ள வேண்டாம் என்றும் சத்தம் வந்தால் காதுகுத்து வேலையை நிறுத்திவிடப் போவதாகவும் அவர் எச்சரிக்கை விடுத்தார். சிறுசிறு முணுமுணுப்பும் அடங்கி அமைதியாயிற்று.

கிழவியும் எச்சரிக்கையாகக் குட்டிகளைப் பார்த்துக் கொண்டாள். அவளுக்குப் பலமுறை வந்து அனுபவம் இருந்தது. இப்படி வரிசையில் நிற்க வேண்டியிருப்பதால்தான் நான்கு பேரைப் பார்க்க முடிகிறது. பாடு பழமை பேச முடிகிறது. இல்லாவிட்டால் தனிக்காட்டுக்குள் பேச்சுத்துணைக்கும் ஆளில்லாமல் கிடக்க வேண்டும். வரிசை நகரத் தொடங்கியது. குட்டிகளை வெள்ளாட்டில் ஊட்ட விட்டாள். பூனாச்சிக்கு மறுபடியும் இரண்டு வாய் பால் கிடைத்தது. இந்த வெள்ளாடு சினையாக இருக்கும்போது பூனாச்சியை அருகில் படுத்துக்கொள்ள

அனுமதித்தது. இப்போது அதற்கு இரண்டு குட்டிகள் வந்ததும் பக்கத்திலேயே அண்ட விடுவதில்லை. தாயாட்டைப் போலவே இதுவும் முட்டித் தள்ளுகிறது. பூனாச்சிக்கு அதுதான் விளங்கவில்லை. கிழவியின் விரல்களை மடியெனப் பற்றி அவ்வப்போது சூப்புவாள். கிழவியும் சிரித்துக்கொண்டே கொடுப்பாள். 'எம் வெரல்ல கொம்புத்தேனு இருக்குது. உறிஞ்சி உறிஞ்சிக் குடி' என்பாள்.

வரிசையில் கிழவியின் முறை வரும்போது அவள் பதற்றமானாள். வெள்ளாட்டின் காதுகுத்தைச் சோதித்தார் உதவியாள். அதிலிருக்கும் எண்ணைப் பூதக்கண்ணாடி வைத்துப் பார்த்தார். தெரியவில்லை. எல்லாம் ஒரே கறுப்பாக இருந்தது. 'என்னாயா இதோட எண்ணு?' என்றார் கிழவியிடம். 'எனக்கு எண்ணும் தெரியாது, கண்ணும் தெரியாது சாமீ' என்றாள் கிழவி. 'கண்ட எடத்துல மேய உட வேண்டியது. அப்பறம் எண்ணு அழிஞ்சும் தேஞ்சும் போயிருது. எல்லாம் நம்மளக் கஷ்டப்படுத்த வந்திருதுவ' என்றார் அவர். 'சாமீ, இப்பக் குத்தறதயாச்சும் தெளிவாத் தெரீற மாதிரி குத்தீருங்க' என்றாள் கிழவி. 'கெழவிக்குக் கொழுப்பப் பாரு. நாங்க குத்தறதுதான் தெளிவில்லயா?' என்று கத்தினார் அவர். 'அய்யோ சாமீ, நீங்கதான் ராசாங்கம். உங்கள ஒரு சொல்லுச் சொல்லுவனா? எண்ணுத் தெரியாத நீங்கதான கஷ்டப்படறீங்க, அதுக்காவச் சொன்னன்' என்று விளக்கத்தைப் பணிவுடன் தெரிவித்தாள் கிழவி.

யார் பெயரில் இருக்கிறது என்று கேட்டுப் பெரிய பதிவேடு ஒன்றை எடுத்துச் சரிபார்த்து ஓர் எண்ணைச் சொன்னார் உதவியாள். பதிவேட்டில் பார்த்த அதிகாரி 'இதுக்கு முன்னால எப்பக் குட்டி போட்டுது?' என்றார். 'அது போன வருசங்க சாமீ' என்றாள் கிழவி.

'அப்ப எத்தன குட்டி போட்டுது?'

'ரண்டுங்க.'

'இப்ப?'

'மூனுங்க.'

'அதெப்படி இப்ப மட்டும் மூனாச்சு?'

'அது நம்ம கையிலயா இருக்குது சாமீ. அந்த மேசய்யன் கொடுக்கறது' என்றாள் கிழவி.

'கெடா ரண்டும் வெள்ளையா இருக்குது. இது கறுப்பு?'

‘கெடாய்வ தாயாட்டம். மூடு அப்பனாட்டம்.’

‘எந்தூர்ல கெடா சேத்துன? ஆரு கெடா? அது கறுப்புத்தானா? எண் என்னன்னு தெரீமா?’ என்று அவர் கேள்விகளை அடுக்கினார்.

‘மேச்சக் காட்டுல எத்தனையோ கெடாய்வ வருதுவ. எது சேந்துச்சுன்னு எப்பிடி சாமி பாத்து வெக்கறது?’ என்றாள் கிழவி.

‘அதெல்லாம் தெரியாது. அடுத்த தரம் எந்தக் கெடா குட்டிக்கு அப்பன்னு அதோட எண்ணப் பாத்து வெச்சுக்கிட்டு வரோணும்’ என்று கறாராகச் சொன்னார் அதிகாரி.

கிடாய்கள் இரண்டுக்கும் காது குத்தினார்கள். அவை வாள் வாளென்று கத்தின. மூன்றாவதாகப் பூனாச்சியைக் கொடுத்தாள் கிழவி. ‘இதென்ன பூனக்குட்டியக் கொண்டாந்திருக்கற. இன்னைக்கு ஆட்டுக்குத்தானாயா’ என்றார் அதிகாரி.

‘மூட்டுக்குட்டிங்க. கடசியாப் போட்டுது. பெலமில்ல. என்னமோ அப்படியே காப்பாத்திரலாமுன்னு பாக்கறன்’ என்று தன்மையாகச் சொன்னாள் கிழவி. ‘ஓகோ’ என்று ஓர் உதவியாள் குட்டியைத் தூக்கி இடது காதின் மடிப்புப் பகுதியில் கோணூசியால் சட்டெனத் துளையிட்டு ஓர் வளையத்தை மாட்டினார். காதிலிருந்து இரத்தம் வடிந்தது. பூனாச்சி இடை விடாமல் கத்தினாள்.

‘அட சாமீ... மெதுவாக் குத்துனா என்ன?’ கிழவி கொஞ்சம் வேகமாகக் கேட்டுவிட்டாள்.

‘ம். என்னம்மா? பேச்சு ஒழுங்கா இல்லியே. ஓகோ. ஆமா, இந்தக் குட்டியப் பாத்தா இந்த வெள்ளாடு போட்டதாட்டம் தெரீலியே. எங்க ஊட்ட உடு பாக்கலாம்’ என்றார் அதிகாரி. ‘இதோடதுதான் சாமீ. என்னமோ குட்டி வலீல கத்துச்சேன்னு சொல்லீட்டன். உடுங்க சாமீ. மன்னாப்புக் குடுங்க சாமீ’ என்று சொல்லிக் கும்பிடு போட்டுத் தன் உடமைகளை எல்லாம் வாரிச் சுருட்டிக்கொண்டு விட்டால் போதுமென்று அங்கிருந்து தப்பித்து வெளியே வந்தாள் கிழவி.

பூனாச்சியின் காதில் ஏதோ பெரிய பாறாங்கல்லைக் கட்டித் தொங்கவிட்டது போலிருந்தது. அது காதை ஆட்டி ஆட்டிப் பார்த்தது. இரத்தத் துளிகள் தெறித்தன. கிழவி பெரும் வரிசையை விட்டு வெளியே வந்து ஒரு மர நிழலில் உட்கார்ந்தாள். கிடாய்கள் இரண்டுக்கும் காதில் பிரச்சினையில்லை. அவை அசைத்தாலும் ரத்தம் ஏதுமில்லை. சரியான இடத்தில் குத்து பொருந்தியிருந்தது.

பூனாச்சிக்குக் காது நரம்பில் குத்து விழுந்திருந்தது. அதனால்தான் இரத்தம். பக்கத்தில் இருந்த ஏதோ ஒரு தழையைப் பறித்துக் காயத்தின்மீது வைத்து அழுத்தினாள் கிழவி. கொஞ்சம் கட்டுப்பட்ட மாதிரி இருந்தது. 'இந்தச் சீவனுக்குத்தான் எத்தன சோதன. பூங்குட்டின்னுகூடப் பாக்காத இந்தக் குத்துக் குத்தறானுவளே. இவனுவ வெரலு குட்டம் புடிச்சுக் கருக்கழிஞ்சு போவட்டும்' என்று சாபம் கொடுத்தாள்.

●

7

அன்றைக்கு ராத்திரியே பூனாச்சிக்குக் காய்ச்சல் வந்துவிட்டது. உடலில் அப்படி ஒரு வெம்மை. உதடுகள் தீய்ந்து கருகின. கண்கள் பீழை பிடித்து ஒட்டிக்கொண்டன. காயத்தில் வடிந்த ரத்தம் காய்ந்து அடை போலப் பிடித்திருந்தது. கிழவி அதன் உடலில் கை வைத்துப் பார்த்தாள். கொதிப்பு. காதுகுத்தி வந்தால் குட்டிகளுக்குக் காய்ச்சல் வருவது சாதாரணம்தான். ஆனால் பூனாச்சிக்கு வந்த மாதிரி இத்தனை காய்ச்சலை அவள் கண்டதில்லை. கிழவன் வந்து அதன் காதைத் தூக்கிப் பார்த்தான். அடி லேசாக மடிந்து நீளத் தொங்கும் இலை போலிருந்த காது பூனாச்சிக்கு அழகு. நீவியபடி சோதித்தவன் வழக்கமாகக் காதுகுத்தும் இடத்திற்குக் கொஞ்சம் தள்ளிக் குத்து விழுந்திருப்பதைக் கண்டான். குத்து ஒரு நரம்பின்மேல் ஆழப் பட்டிருந்தது. அதுதான் இத்தனை காய்ச்சல். ஆட்டுக்காரர்கள் யாராவது சின்னப் பிரச்சினை செய்துவிட்டால் போதும். இப்படித் தன் கைவரிசையைக் காட்டிவிடுவான் குத்துக்காரன். குத்தின் வலுவில் சில குட்டிகள் செத்தே போகும். சிலவற்றிற்குக் காயம் ஆறித் தொலைக்க வெகுகாலம் ஆகும்.

'ஏண்டி கெழட்டு முண்ட.... அந்தக் குத்துக்கார நாய்கிட்ட எதுன்னா வம்பு வளத்துனயா? பாரு நரம்புல குத்தி உட்டிருக்கறான். புண்ணு ஆறுமோ பொண்ணுப் போவுமோ. போற எடத்துல சும்மா இருக்க மாட்டியா?' என்று கிழவன் கத்தினான். கிழவி ஓடிவந்து காதைத் தூக்கிப் பார்த்தாள். நிணநீர் வடிந்துகொண்டிருந்தது. குட்டி சோக்கையாகப் படுத்துவிட்டது.

‘நானென்ன சொன்னன். கொஞ்சம் மெதுவாக் குத்தப்பான்னுதான் சொன்னன்’ என்றாள் கிழவி.

‘நாமெல்லாம் வாயக் கட்டுனாத்தான் வாழ முடியும். முதுவுல அடி உழுந்தாக்கூட வாய்க்குள்ள மொனகிக்கோணும். பக்கத்துல இருக்கறவங்களுக்குக் கேக்கறாப்பல மூச்சுக்கூட உடக்கூடாது. இத்தன வெருசம் பொழச்சுமா உனக்கு இது தெரீல.’

‘எல்லாந் தெரிஞ்சவன் நீயே கொண்டுக்கிட்டுப் போயிருக்கலாமில்ல. பயந்துக்கிட்டுக் கரட்டுல போயி ஒளிஞ் சுக்கிட்ட. இப்ப எங்கிட்டப் பேச வந்திட்டயா?’

இருவரும் ஒருவருக்கு ஒருவர் விட்டுக்கொடுக்காமல் வெகுநேரம் பேசினர். பேச்சினூடே கிழவி ஏதேதோ தழைகளைக் கொண்டு வந்து காதுப்புண்ணில் சாறு பிழிந்தாள். எரிச்சல் தோன்றும்போது மட்டும் பூனாச்சி தலையை மெல்லத் தூக்கி ஒரு சத்தம் கொடுத்தாள். வெந்நீர் வைத்துக்கொண்டு வந்து குழந்தைக்கு ஊட்டுவது போல மண்விளக்கில் பூனாச்சிக்குக் கொடுத்தாள் கிழவி. இனி இது அவ்வளவுதான் என்று நினைத்தாள். என்றாலும் விட்டுவிட முடியுமா. மேசையனுக்கு வேண்டுதல் வைத்திருக்கும்போது இது சாகாது என்றும் ஒரு நம்பிக்கை இருந்தது. அதன்படியே பூனாச்சி பிழைத்துக்கொண்டாள்.

பூனாச்சிக்கு அந்தக் காயம் அத்தனை சீக்கிரம் ஆறவில்லை. புண் நொதித்துப் பொங்கியது. கிழவியும் ஏதேதோ தழைகளைக் கொண்டு வைத்தியம் செய்தபடியே இருந்தாள். புண் சீழ் வைத்து வடிந்தது. ஏதாவது செய்யலாம் என்று காதைத் தொட்டாலே பூனாச்சி பெரும் வேதனையில் குரலெடுத்துக் கத்தினாள். அப்படி ஒரு துயரக்குரலைக் கிழவி கேட்டதேயில்லை. குரல் கேட்கும் போதெல்லாம் கிழவி நடுங்கினாள். சீழைப் பிதுக்கி எடுத்து வெந்நீரில் கழுவித் தழை வைத்துக் கட்டினாள். அவளுடைய அன்றாட அலுவல் அதுவாயிற்று.

‘தடத்துல போற நாயி எதோ குடுத்தா அப்படியே வாங்கிக்கிட்டு வர்றதா? ஒரு அறிவு நெனவு வேண்டாம்? இதக் கொண்டாந்து எங்கையில போட்டுட்டுக் கரட்டுல போயித் தூங்கறான் கெழவன்’ என்று அவனைத் திட்டிக்கொண்டே எல்லாம் செய்தாள்.

ஒருமாதத்திற்குப் பிறகுதான் சீழ் வருவது நின்றது. பொறுக்குக் கட்ட ஆரம்பித்தது. அந்த ஒருமாதமும் கிழவியுடனேயே பூனாச்சி இருந்தாள். அவள் சோறாக்கும்போதும் வீடு கூட்டும்போதும் பின்னாலேயே போனாள். சோறுண்ணும்போது பக்கத்தில் போய்

நின்றுகொண்டாள். 'உனக்கு இது வேண்டாம். வேற தர்றன்' என்று அன்பாகச் சொன்னாள் கிழவி. அது போலவே தேங்காய்ப் புண்ணாக்கை ஊற வைத்து வடித்த நீரை மெலிதாகச் சூடேற்றிக் குப்பியில் ஊற்றி ஊட்டுச்சவ்வு மூலமாகக் கொடுத்தாள். வெதுவெதுப்பான புண்ணாக்கு நீரின் ருசி பூனாச்சிக்குப் பிடித்தது. குப்பியை நீட்டி நிற்கும் கிழவியின் கையைத் தாய் மடியாய்க் கருதி முட்டி முட்டிப் பால் குடித்தாள் பூனாச்சி. 'முட்டுனாத்தான் வருதா? சும்மா குடி' என்றாள் கிழவி.

●

8

கிழவிக்குப் பூனாச்சியை வளர்ப்பது வயதான காலத்தில் ஏதோ ஒரு குழந்தையை வளர்ப்பது போல இருந்தது. மகளை அனுப்பிய பிறகு வீட்டில் ஏற்பட்ட வெறுமை இந்தக் குட்டியால் தீர்ந்து போனதாக நினைத்தாள். இப்போதெல்லாம் கிழவனுடன் அவளுக்குச் சண்டையே இல்லை. அவனுக்குப் பிரியத்துடன் சோறு போட்டாள். கிழவனும் இரண்டு ஆசை வார்த்தைகள் பேசியபடி தின்றான். இரவில் கிழவியுடன் கட்டிலிலேயே பூனாச்சி படுத்துக்கொண்டாள். மல்லவும் புழுக்கை போடவும் தோன்றும்போது கட்டிலில் இருந்து குதித்து வெளியே போகப் பழகிக்கொண்டாள். 'இப்படி ஒரு படிமானம் ஆருக்கு வரும்?' என்று வியந்தாள் கிழவி.

மேய்ச்சலுக்குப் போகும் வெள்ளாடுகள் பொழுதிறங்கி நேரத்தில் வீட்டுக்கு வரும்போது அவற்றை நோக்கிப் போவாள் பூனாச்சி. கள்ளியின் குட்டிகள் மூன்றும் இப்போது ரொம்பவுமே பெரிதாகிவிட்டன. கயிறு போட்டுக் கட்டினார்கள். பூனாச்சியை அவை கண்டுகொள்வதே இல்லை. பக்கத்தில் போனாலும் வாய் வைத்து ஆசி வழங்கி அனுப்பின. செம்மியின் குட்டிகள் இரண்டும் இப்போது பூனாச்சியுடன் விளையாட ஓடிவந்தன. இரண்டும் கிடாய்கள். ஒன்று பூனாச்சியின் முகத்துப் பக்கம் முட்டும். இன்னொன்று பின்பக்கம் முட்டும். உடல் குறுகிக் குனிந்து பூனாச்சி தப்பிப்பாள். அப்போது இரண்டின் தலைகளும் முட்டிக்கொண்டன. அப்படி முட்டாமல் இருக்க அவை பிரயத்தனப்படுவதும் அவை எதிர்பார்க்காத தருணத்தில் தன் உடலை உருவி எடுத்து முட்ட

வைக்கப் பூனாச்சி முயல்வதும் முக்கியமான விளையாட்டு. அதில் எப்போதாவது பூனாச்சி ஜெயிப்பாள். அன்றைக்கெல்லாம் அவளுக்குப் பெருமகிழ்ச்சி பொங்கும். அப்படியே போய்க் கிழவியின் கால்களில் உராய்வாள். 'என்ன கொனப்பு?' என்று சிரிப்பாள் கிழவி.

செம்மியில் அவ்வப்போது நாலுவாய் பால் ஊட்டக் கிடைக்கும். புண்ணாக்கு நீர் கொடுக்கத் தொடங்கிய பிறகு பாலைப் பற்றிக் கிழவி யோசிப்பதில்லை. எப்போதாவது கிழவன் கேட்கும்போது கள்ளியின் மடியில் பீய்ச்சும் பாலில் மிச்சமிருந்தால் அதைக் குப்பியில் ஊற்றிக் கொடுப்பாள். செம்மியின் குட்டிகள் பாலூட்டும்போது அது கிறங்கிப் போய்த் தலையை அண்ணாந்து கண்களை மூடி அசைபோட்டபடி நிற்கும். அப்போது அந்தக் குட்டிகளோடு போட்டியிட முனைவாள் பூனாச்சி. பாலூட்டும் வேகத்தில் அவை மடிக் காம்பை விட்டுவிடும். அந்த இடைவெளியில் பூனாச்சி புகுந்து காம்பைப் பற்றிக்கொள்வாள். இரண்டு வாய் அமுதம் கிடைக்கும். அதற்குள் காம்பை விட்ட குட்டி அவளைத் தள்ளிவிட்டு மீண்டும் பற்றிக்கொள்ளும். திருட்டுப் பால் குடிக்கவும் இப்படி அவள் பழகிக்கொண்டாள்.

என்றாலும் அவள் உடல் தேறவில்லை. நலங்கிய குழந்தையின் தோற்றம்தான். உடல் கொஞ்சம் எழுந்திருந்தது. ஆனால் மேலெல்லாம் சடை பிடித்துத் தொங்கியது. வயிறு மட்டும் முட்டி போலப் பெருத்திருந்தது. கண்களில் சோகை படிந்திருந்தது. எப்படியோ உலவினாள். காதுப்புண் காயக் காயத்தான் அவளுக்குத் தெம்பும் உயிரும் வந்தன. மெல்ல ஒவ்வொரு புல்லாகப் பொறுக்க ஆரம்பித்தாள். கிழவி அதற்குப் பழக்கினாள். வாத நாராயண மரத்தில் இருந்து கொழுந்துத் தழைகளைப் பறித்தெடுத்து முதலில் ஊட்டினாள். கசந்த ருசி நாக்குக்கு இணங்கவில்லை. கிழவி விடவில்லை. மெல்ல உள்ளே தள்ளினாள். பல்லுக்குக் கொடுத்து மென்றதும் ருசி பிடிபட்டது. அப்படியே ஒவ்வொரு தழையாக, புல்லாகப் பழக்கிவிட்டாள் கிழவி. கிழுவந்தழையும் அருகம்புல்லும் பூனாச்சிக்கு மிகவும் பிடித்தவை. அவை கிடைத்தால் அன்றைக்கு நன்றாக வயிறு நிறைந்துவிடும். இப்படிப் பூனாச்சி தன் வாழ்நாளின் முதலிரண்டு மாதங்களைக் கழித்தாள்.

கிட்டத்தட்ட மூன்றாம் மாதத்தின் தொடக்கத்தில் வெள்ளாடுகளோடு மேய்ச்சலுக்குப் போனாள். ஆடுகளை ஓட்டிப் போய் மேய்த்து வரும் வேலை கிழவனுக்குத்தான். பொழுது கிளம்பியதும் கிழவன் கட்டுத்தரையைச் சுத்தம் செய்வான். பெரிய கட்டுத்தரை ஒன்றும் இல்லை. இரண்டு வெள்ளாடு,

ஐந்தாறு குட்டிகளின் புழுக்கைகள். ஒரே ஒரு எருமைக்கன்றின் இரண்டு மொத்தை சாணி. இரண்டு கூடை வரும். கூட்டி அள்ளிக் குப்பைக்குழிக்குள் போடுவான். எருமைக்கன்றுக்கு காய்ந்த தட்டைகளையோ வரப்புறகளையோ கொஞ்சம் அள்ளி வீசுவான். அது ஆவலாக வாங்கிக் கடிக்கும். வெள்ளாடுகள் தங்களுக்கும் ஏதாவது கிடைக்கும் என அவனைப் பார்த்துக் கத்தும்.

கிழவி எங்காவது காடு கரைக்கு வேலைக்குப் போகும்போது கருவேலங்காயோ கொட்டடத்தழையோ கொடிப்புல்லோ கொண்டு வந்து வைத்திருப்பாள். அவற்றில் கொஞ்சம் எடுத்துக் கூடையில் போட்டு வெள்ளாடுகள் கட்டியிருக்கும் குடிசைக்கு நடுவில் வைப்பான். ஐந்தாறு தலைகள் கூடையை முட்டும். எதற்குக் கிடைக்கிறதோ அதற்கு அதிர்ஷ்டம். பூனாச்சி அந்த அடிதடிக்குள் போவதில்லை. கயிறு போட்டுக் கட்டாத தங்குண்டி. அதனால் நினைத்த நேரம் விருப்பப்பட்டதைப் போய் எடுத்துத் தின்னலாம். கிழவி ஏதும் சொல்வதில்லை. இந்தப் புழுக்கைக் குட்டி தின்றுதான் தீர்ந்துவிடுகிறதா என நினைப்பாள். அவள் சாப்பிடும்போது பக்கத்தில் போய் நின்று கத்தினால் ஒரு கை சோற்றை அள்ளிக் கொடுப்பாள். என்றைக்கோ ஒருநாள் நெல்லஞ் சோறாக இருந்தால் ருசிக்கும். இல்லாவிட்டால் கருவேப்பிலை, மிளகாய்த் தோல்களை வாயில் வாங்கி அதக்கிக்கொண்டு பூனாச்சி தூர வந்துவிடுவாள். எதிலாவது வாய் வைக்கக் கூடாது என்று வீட்டுக்குள் பானைகளை எல்லாம் வேடு கட்டி மூடி வைத்திருப்பாள் கிழவி.

வெள்ளாடுகளுக்குத் தீனி வைத்ததும் கிழவன் கோவணத்தை இறுக்கிக்கொண்டு காட்டுப்பக்கம் கிளம்பிவிடுவான். எங்கே போவான், என்ன செய்வான் ஒன்றும் தெரியாது. வரும்போது அவன் வாயில் முழ நீளப் பல்லுக்குச்சி இருக்கும். வந்தும் அதை வெகுநேரம் மென்று கொண்டேயிருப்பான். ஒருவழியாக வாய் கொப்பளித்து முகம் கழுவிக்கொண்டு சோற்றுக்கு உட்கார்வான். அவன் வருவதை எதிர்நோக்கியிருக்கும் வெள்ளாடுகள் வந்தபின் அவனையே பார்த்துக்கொண்டிருக்கும். அவன் போகிற பக்கமெல்லாம் அவற்றின் தலைகளும் திரும்பும். அவ்வப்போது ஒரு கத்தல் சத்தம். கள்ளியின் பிள்ளைகள் நல்ல முறுக்கத்தில் இருந்ததால் கயிற்றை இழுத்துக்கொண்டு வேகமாகச் சத்தம் கொடுக்கும். கிழவன் அவற்றைக் கண்டுகொள்ளவே மாட்டான். கிழவிதான் அதட்டல் சத்தம் போடுவாள்.

காலையில் எப்போதும் கிழவனுக்குக் கரச்சோறுதான். அவன் கரைக்கும்போதே பூனாச்சி பக்கத்தில் போய் நின்றுகொள்வாள். கிழவனுக்கு அப்போது சிறுபிள்ளை நினைவு வந்துவிடும். பூனாச்சி

இருப்பதே தெரியாத மாதிரி நடிப்பான். பூனாச்சி கொஞ்சம் பொறுத்துவிட்டு அவன் முன்னால் போய் நிற்பாள். அவன் பார்க்க மாட்டான். அவன் கையைக் கடிப்பாள். உதறுவான். கும்பாவில் வாய் வைக்கப் போவாள். வாயைப் பார்த்துக் கையை மேலே ஓங்கி மெல்ல இறக்கிச் செல்லமாகத் தட்டுவான். அப்போது பூனாச்சி வலிப்பது போல நடித்துத் துயரக்குரல் எழுப்புவாள். அது கிழவிக்குக் கட்டாயம் கேட்கும். வேலையில் இருந்துகொண்டே 'பிள்ள பாவம் கத்தறா. ஒருவாய் குடுத்தா என்ன? பாக்க வெச்சுக்கிட்டுத் தின்னயின்னா வவுத்து நோவு புடிச்சுத்தான் சாவ பாத்துக்க' என்பாள் கிழவி.

உடனே அவன் கடித்துக்கொள்ள வைத்திருக்கும் வெங்காயத்தில் சிறிய துண்டு ஒன்றை எடுத்துப் பூனாச்சியிடம் நீட்டுவான் கிழவன். வாயை அகலத் திறந்து வாங்கிக்கொண்டு குடிசைக்கு ஓடுவாள். வெள்ளாடுகளின் முன் நின்று வாயை மெல்லுவாள். நாக்கை வருடும் வெங்காயக் காரம் பூனாச்சிக்கு மிகவும் பிடித்திருக்கும். வெங்காயம் முடிந்த பின்னும் வெறும்வாயை மென்று கொண்டேயிருப்பாள். வெள்ளாடுகளும் குட்டிகளும் கண்களில் பொறாமை மின்ன அவளையே பார்க்கும். அப்போது பூனாச்சி ஒரு துள்ளல் விடுவாள். 'உங்களுக்கெல்லாம் வெங்காயச் சுவை தெரியுமா?' என்னும் கேள்வியின் பெருமை தொக்கி நிற்கும் துள்ளல் அது. உண்மையாகவே அவள் தின்பது என்ன, அதன் ருசி எப்படியிருக்கும் என்பதொன்றும் மற்ற வெள்ளாடுகளுக்குத் தெரியாது. அது பூனாச்சிக்கே தெரிந்த சுவை; ரகசியம்.

சோற்றைக் குடித்தபின் சற்றே நிழலில் உட்கார்ந்து கிழவன் சுருட்டுப் புகைப்பான். வெள்ளாட்டின் கால் ஒன்றை ஒடித்து வாயில் வைத்திருப்பது போலத் தோன்றும். ஆனந்தமாக அவன் புகைக்கும்போது பூனாச்சி போய்க் காலை உரசினால் அவனுக்குக் கெட்ட கோபம் வரும். சிலசமயம் உதைத்துத் தள்ளியிருக்கிறான். அதனால் அந்தச் சமயம் அண்ட மாட்டாள். அவன் புகைத்து முடிக்கவும் கிழவி கூடையைக் கொண்டு வந்து வெளியே வைக்கவும் சரியாக இருக்கும். கூடைக்குள் அவனுக்கு மத்தியானச் சோறு இருக்கும். களைக்கொத்து இருக்கும். வெள்ளாடுகளை அவிழ்த்து அண்ணாங்கால் போடுவான். வேகமாக ஓடுபவற்றிற்குக் குறுகலாகவும் மெதுவாக நடப்பவற்றிற்கு நெடிக்கமாகவும் போடுவான். குட்டிகள் ஊட்டும்வரை பொறுத்திருப்பான். குட்டிகளுக்கு இன்னும் அண்ணாங்கால் போடுவதில்லை. அவை தாயைத் தாண்டிப் போகப் பழகவில்லை. எல்லாம் தாழியில் இருக்கும் நீரை

உறிஞ்சிவிட்டுக் காட்டுக்குள் இறங்கும்போது கூடையைத் தலையில் வைத்துக்கொண்டு பின்னாலேயே போவான்.

வெள்ளாட்டுக் கூட்டமே கிளம்புவதைப் பூனாச்சி ஏக்கத்தோடு பார்த்துக்கொண்டிருப்பாள். அவை திரும்பிவர அந்தியாகும். அதுவரைக்கும் கிழவியின் கால்களுக்குள் புகுந்து சுற்றிக்கொண்டிருப்பதுதான் வேலை. ரொம்பவும் கஷ்டமாக இருந்தது. அப்படிச் சோகமாகப் பார்த்துக்கொண்டிருந்த ஒருநாளில் கிழவன் சொன்னான் 'இந்தப் பூனாச்சிய முடுக்கி உடு. வெள்ளாட்டுவளோட சேந்து மேஞ்சு பழவட்டும்.' கிழவிக்கு மனம் ஒப்பவில்லை. 'அதால அத்தன தூரம் நடக்க முடியுமா?' 'காட்டுப்பூனகீது வந்து புடிச்சிராதா?' 'நீ பொழுதெறங்கி வாரவரைக்கும் தாங்குவாளா?' என்றெல்லாம் ஏராளம் கேள்விகள் கேட்டாள்.

கிழவனுக்கு ஒரே சிரிப்பு. 'பூனாச்சி வாடி' என்று கை நீட்டிக் கூப்பிட்டதும் அவனை நோக்கி ஓடிப் போனாள். அவன் கையில் ஏறிய பூனாச்சியை அப்படியே தூக்கித் தோளில் போட்டுக்கொண்டு நடந்தான் கிழவன். அவன் தோளின் இருபுறமும் கால்களை போட்டுக்கொண்டு தலையை உயத்திக் கிழவியைப் பார்த்துக் கத்தினாள் பூனாச்சி. அது அழுகையா ஆனந்தமா என்று கிழவிக்குப் புரியவில்லை. போய் வருகிறேன் என்று ஆனந்தமாகவே விடைபெற்றாள் பூனாச்சி.

●

9

கிழவனின் தோள் மேலிருந்து பல காட்சிகளைக் கண்டாள். காற்றில் மிதந்து போவது போலிருந்தது. மேலே பறக்கும் குருவிகளை எல்லாம் நட்பாகப் பார்த்தாள். ரதமேறிப் போகும் ராசாவின் கம்பீரம் அப்போது அவளுக்கு வந்திருந்தது. ஆனால் அது ரொம்ப தூரம் நீடிக்கவில்லை. ஒருபக்கத்துக் கால்களை லேசாக இழுத்துப் பற்றியிருந்த கிழவன் கொஞ்ச தூரம் போனதும் பூனாச்சியைக் கீழே இறக்கிவிட்டான். 'ஓடு. போய் வெள்ளாட்டோட மேயி' என்று விரட்டினான். பூனாச்சியைப் பகாசுரனிடம் இருந்து கிழவன் வாங்கியபோது அவன் இருந்த அதே கரடுதான். அவள் தன் சக ஜீவன்களோடு குதியாளம் போட்டுக்கொண்டு ஓடினாள். குழந்தைகள் விளையாட்டிற்குக் குவித்து வைக்கும் மண்குவியல் போலக் கரடு அத்தனை சிறிதாக இருந்தது. ஆனால் கிழுவைகளும் கருவேலனும் ஊஞ்சையும் பாலையும் எனப் பல மரங்கள் நின்றிருந்தன. அவற்றில் கொடிகள் ஏறிக் கிடந்தன. சங்கமுள்ளும் பிரண்டைகளும் புதர்களாய் நின்றிருந்தன. கரட்டை ஒட்டிய பெரும்பள்ளம் வெகுதூரம் விரிந்திருந்தது.

அங்கே போய்ச் சேரும் முன்பே செம்மறிகள் நிறைய மேய்ந்துகொண்டிருந்தன. ஆட்டுக்காரர்கள் தலைகள் தெரிந்தன. வெள்ளாடுகள் மிகவும் குறைவுதான். கிழவன் கரட்டில்தான் மேய விட்டான். வெள்ளாடுகளுக்குச் சமதளத்தில் மேய்வதற்கு ஏதுமில்லை. கள்ளியாடு அண்ணாங்காலையும் மீறிக் கரட்டு மரங்களில் தொத்துக்கால் போட்டு

வாதுகளை இழுத்து இழுத்துக் கடித்து மேய்ந்தது. ஒரு வாதை அது இழுத்ததும் அதன் குட்டிகளும் செம்மியும் ஓடிப்போய் வளைந்த வாதைப் பற்றிக்கொண்டன. எல்லாம் சேர்ந்து அழுத்தி வாதின் இலைகளைத் தின்று தீர்த்து முடித்துப் பட்டென்று விட்டன. நாணறுந்த வில் போல வாது மேலேறியது.

பூனாச்சிக்கு அந்தச் சூழலும் இந்த மேய்ச்சலும் மிகவும் புதியன. என்ன செய்வதென்று தெரியாமல் தவித்தாள். அவற்றின் பின்னால் ஓடினாள். ஒரே கால்களாகத் தெரிந்தன. கால்களுக்குள் புகுந்து ஒரு இலையைக்கூடக் கடிக்க முடியவில்லை. உதைபட்டு விழுந்துவிடுவோமோ என்றிருந்தது. அவற்றையே கொஞ்ச நேரம் பார்த்துக்கொண்டிருந்தாள். அவை தின்று சிந்திய இலைகளை மண்ணிலிருந்து பொறுக்கித் தின்றாள். ஓடி ஓடி மேய்ந்த அவை வயிற்றில் கொஞ்சம் ஈரம் பட்டுப் பசி தீர்ந்ததும் நிதானமாயின. அதன்பின் தனித்தனியாகப் பிரிந்தும் சிறுசிறு குழுவாகவும் மேயத் தொடங்கின.

பூனாச்சிக்கும் ஆசுவாசமாயிற்று. அவளுக்குப் பிடித்த கிழுவை மரங்கள் அங்கே நிறைந்திருந்ததால் அவற்றை நோக்கிப் போனாள். கொடிகளின் பாரம் தாங்காமல் வளைந்திருந்த வாதில் தனக்கு வேண்டு மட்டும் தின்றாள். இப்படித் தின்பது பெருத்த சந்தோசமாய் இருந்தது. அந்த மண் கரட்டில் தன் குளம்புகளைப் பதித்து ஏறுவதும் இறங்குவதும் குதூகலம் ஊட்டின. கள்ளியாட்டின் பிள்ளைகள் கடுவாயன், பீத்தன், பொருமி.அவர்கள் மூவரும் பூனாச்சியைக் கொஞ்சமும் பொருட்படுத்தவில்லை. அவற்றின் உலகம் வேறாக இருந்தது. கடுவாயன் மட்டும் அவ்வப்போது பூனாச்சியின் பக்கம் வந்து அவள் அரத்தை மோந்து பார்த்து அதில் வாயை வைத்து அழுத்தித் தலையைத் தூக்கினான். உதடுகளை மேலுயர்த்திச் சிலிர்த்துக்கொண்டு வந்து காலைத் தூக்கி அவள்மேல் வைக்க முயன்றான்.

அவளுக்குப் பயமாக இருந்தது. வாலால் அரத்தை அழுந்த மூடிக்கொண்டு அவனிருக்கும் இடத்தை விட்டு ஓடி வந்துவிட்டாள். என்றாலும் அவன் அவ்வப்போது அவளையே முறைத்துப் பார்ப்பது போலிருந்தது. ‘இரு. என்னிடம் சிக்காமலா போய்விடுவாய்’ என்று அவன் சொல்வது போலிருந்தது. கடுவாயன் பக்கத்தில் வரும்போது பொருமி வந்து அவனை தன் மோளைத் தலையால் முட்டித் தள்ளினாள். பூனாச்சியின் வயிற்றில் வாய் வைத்துத் தள்ளித் தூரப் போகும்படி உணர்த்தினாள். பீத்தனுக்கு அங்கே இன்னும் பல நண்பர்கள் இருந்தார்கள். அவர்களுடன் உலாவிக்கொண்டிருந்தான்.

ஊத்தன், உழும்பன் ஆகிய இருவரும் செம்மியாட்டின் கிடாய்கள். பூனாச்சியைவிடச் சின்னவர்கள். அவர்களோடு ஓடி விளையாட மிகவும் நன்றாக இருந்தது. கரட்டில் இருந்த சிறுபாறை மேல் ஏறி நிற்பதும் அங்கிருந்து கீழே குதிப்பதும் அவர்களுக்குப் பிடித்த விளையாட்டு. பூனாச்சியும் பாறையில் ஏறி நின்றாள். சொரசொரப்பான பாறைதான். ஆனால் சறுக்கிச் சென்று கூர்முனை காட்டி நின்றது. கூர்முனைக்குச் செல்லும்போது உடல் முழுவதும் கீழ் நோக்கி இறங்கிற்று. குடல்கள் கழுத்துக்கு வந்தன. முன்னங்காலை அழுந்த ஊன்றி நின்று பின் உடலைப் பஞ்சுபோல் ஆக்கி எம்பினாள். கூர்முனைக்குக் கீழ் மண்ணில் போய் ஊன்றி நின்றாள். கால்கள் நடுங்கின. ஊத்தனும் உழும்பனும் அடுத்தடுத்து ஏறிக் குதித்துக் கொண்டேயிருந்தார்கள். ஒருமுறை குதித்து நிரூபித்தாயிற்று. இனிமேல் இந்த வேலை வேண்டாம் என்று நினைத்தாள் பூனாச்சி. ஆனாலும் ஒரே ஒரு முறையில் போய்விட்டால் அது இளப்பமாகிவிடும். ஆகவே இன்னொரு முறை ஏறினாள்.

கால்கள் நடுங்கின. என்றாலும் உடலை இறுக்கிக் கட்டுப்படுத்திக்கொண்டாள். மீண்டும் ஒருமுறை குதி. இன்னும் சில முறைகூடக் குதிக்க முடியும் என்று நம்பிக்கை வந்தது. ஆனால் உடலில் வலு இல்லை. அவை இரண்டும் தாயிடம் ஊட்டுகின்றன. பால் குடி தந்த திமிர் உடலில் நிறைந்திருக்கிறது. நீத்தண்ணியும் புண்ணாக்கும் உயிரை வைத்திருக்கத்தானே தவிர வலுவுக்கு இல்லை. மூச்சு வாங்கிக் கால்கள் ஓய்ந்தன. அவளுக்கு அந்த விளையாட்டில் ஆர்வம் இல்லாதது போலக் காட்டிக்கொண்டு தூரப் போனாள். சங்கம் முள்ளில் படர்ந்திருந்த கோவைக்கொடியை இழுத்துக் கடித்தாள். அதன் இலையின் ருசி நன்றாக இருந்தது. இப்படி எத்தனை வகை இலைதழைகள் இருக்கின்றனவோ எல்லாவற்றையும் தின்று பார்க்க வேண்டும் என்னும் ஆவல் தோன்றிற்று. கோவை இலைகளைக் கொஞ்சம் தின்றதும் படுத்துக்கொள்ளத் தோன்றியது. ஊஞ்ச மர நிழலில் போய்ப் படுத்துக்கொண்டாள்.

கிழவியுடன் வீட்டிலேயே நிழல் உணர்த்தியாக இருந்துவிட்டு வெயிலில் வந்து காடு மேட்டில் அலைவதற்கு உடல் இன்னும் பழகவில்லை. ஆனால் இதுதான் பிடித்திருக்கிறது. இனிமேல் தினமும் இப்படி வந்துவிட வேண்டும். படுத்தபடி ஊத்தன், உழும்பன் இரண்டின் விளையாட்டையும் பார்த்தாள். அவளுக்கு முன் தங்கள் சாகசத்தைக் காட்டும் முனைப்பில் இரண்டும் எகிறி எகிறிக் குதித்தன. ஊத்தன் ஒரு எகிறலில் தலை திருகப் போய் மண்ணில் விழுந்து கத்தினான். கால்களை ஊன்ற இயலவில்லை போல. அவனது வீரிடல் கேட்டுக் கிழவன் ஓடி

வந்தான். என்ன நடந்தது என்று அவனுக்குத் தெரியவில்லை. குட்டிகள் தங்களுக்குள் முட்டிச் சண்டையிட்டிருக்கும் என நினைத்தான். 'வெளுத்துப்புடுவன் பாத்துக்க' என்று பொதுவாகக் கத்தினான். அதற்குள் சுதாரித்து எழுந்த ஊத்தன் மெல்ல நடை விட்டுப் பூனாச்சிக்குப் பக்கத்தில் வந்து படுத்துக்கொண்டான். அவனுக்கு நல்ல அடிதான் என்று தோன்றியது. அவன் உடலை நக்கிக் கொடுத்து ஆறுதல் தர முயன்றாள்.

மேய்ச்சல் காட்டில் ஓடி ஓடித் தழைகளைக் கடித்து வயிற்றை நிரப்பிக்கொண்டால் போதும். பின் குதித்து விளையாடலாம். நிழலில் படுத்துத் தூங்கலாம். பூனாச்சிக்கு எல்லாம் பிடித்திருந்தன. அங்கே மேய வந்த செம்மறிக் கூட்டத்தோடும் அவளுக்கு அறிமுகம் உண்டாயிற்று. ஆனால் செம்மறிக் குட்டிகளை அவளுக்குப் பிடிக்கவில்லை. அவை எப்போதும் தலையைத் தொங்கப் போட்டுக்கொண்டே இருக்கின்றன. மேயும்போது தலை குனியலாம். தண்ணீர் குடிக்கும்போது தலை குனியலாம். சும்மா நடக்கும்போது கூடவா தலை குனிய வேண்டும்? தரையைத் தவிர எதையுமே கண் பார்க்காமல் வாழ்வதும் ஒரு வாழ்வா? மரம், நிலா, நட்சத்திரம், பொழுது என்னும் அற்புதங்களில் ஒன்றையாவது பார்த்திருக்கக் கூடுமா? அண்ணாந்தால் அல்லவா வானம் தென்படும்? மூக்கை உறிஞ்சுவதும் செருமித் தும்முவதும் எல்லாம் மண்ணைப் பார்த்தபடியே. எதிரில் இருக்கும் முகம்கூடத் தெரியாது. இன்னொரு ஆட்டின் கால்களைத்தான் அவை பார்க்கின்றன. அந்தக் கால்களுக்குள் போய்த் தலையை முட்டி நிற்கின்றன. ஏதாவது ஒரு குட்டியிடம் விளையாடலாம் என்றாலும் அது குனிந்துகொண்டே ஓடி வருகின்றது.

வெள்ளாடுகளைப் பார், எப்போதும் தலையை நிமிர்த்திக்கொண்டுதான் நிற்கின்றன. தலை நிமிர்த்திக் கடிக்க முடிகிற இலை தழைகள் மேல்தான் அவற்றிற்குக் கண். நடை போடுவதும் தலை நிமிர்த்தியபடிதான். மேய்ப்பன் அழைத்தாலும் அவை தலை நிமிர்த்தியே செல்கின்றன. ஆனால் செம்மறிகளுக்கு அண்ணாங்கால் கிடையாது. வெள்ளாடுகளுக்கு அண்ணாங்கால் போட்டுக் குனிய வைத்துவிடுகிறார்கள். குனியாத வெள்ளாட்டுக்குக் கழுத்துக் கயிற்றைக் காலுக்குக் கொண்டு வந்து குறுகப் பிணித்துத் தரையைப் பார்த்தே நடக்கும்படி செய்துவிடுகிறார்கள். ஆனால் எப்போதும் தளையை அவிழ்த்தெறிந்துவிடும் முயற்சியை வெள்ளாடுகள் செய்கின்றன. செம்மறிகளுக்குத் தளையும் இல்லை; முயற்சியும் இல்லை. இயல்பிலேயே குனிந்துவிட்டால் ஏது தளை? குனிவைத் தளை என்று உணராமல் வாழும் பாக்கியம் பெற்றவை செம்மறிகள்.

10

பூனாச்சிக்கு ஊத்தனும் உழும்பனுமே விளையாட்டுத் தோழர்கள். அவர்களோடு பிணங்கியும் இணங்கியும் பொழுது போய்க்கொண்டிருந்தது. மேய்ச்சல் காட்டில் அவள் திரிந்த அந்தப் பருவத்தில் நடந்த இரண்டு நிகழ்வுகள் மறக்க முடியாதவை. கடுவாயனுக்கும் பீத்தனுக்கும் நடந்தவை. மேய்ச்சல் காட்டுக்குள் நுழைந்ததும் கடுவாயனின் வேகம் கூடிவிடும். தலையை அண்ணாந்துகொண்டு காடு முழுவதையும் நோட்டம் விடுவான். எங்கெங்கே வெள்ளாடுகளின் தலை தெரிகிறது என்று பார்ப்பான். அவற்றை நோக்கி ஓடுவான். கிழவன் 'டேய் கடுவாயா... கால முறிச்சிருவன்' என்று கத்துவான். அப்போது கடுவாயனுக்குக் காதே கேட்காது.

ஒவ்வொரு வெள்ளாட்டுக் கூட்டத்துக்கும் போய் தாயாடுகள், மூட்டுக்குட்டிகள் ஆகியவற்றின் அரத்தை மூக்கால் மோப்பம் பிடிப்பான். பின் மேலுதட்டைப் பல் தெரியப் பிதுக்கித் தலை தூக்கி ரசிப்பான். தன் கொடியை வெளி நீட்டிச் சொலுக்குமல் விடுவான். ஒன்றிரண்டு மூடுகள் தொடுதலில் கிறங்கி உடல் குறுக்கி மல்லும். அப்போது மல்லில் வாய் வைத்துக் கடுவாயன் சில துளிகள் குடிப்பான். சில தாயாடுகள் கடுவாயனை முட்டித் தள்ளும். மூட்டுக்குட்டிகள் அஞ்சி ஓடும். எல்லாமே வாலை அழுந்த வைத்துக்கொள்ளும். கடுவாயனின் செயல்களை நோட்டமிட்டுக் கொண்டிருக்கும் பூனாச்சிக்கு அவன்மேல் வெறுப்பாக இருக்கும்.

எல்லாரையும் போய் எதற்கு இப்படித் தொந்தரவு செய்ய வேண்டும் என்று நினைப்பாள். கிழவன் சரியில்லை, கிழவியாக இருந்தால் இந்நேரம் வாயில் இரண்டு போட்டு ஒருவழிக்குக் கொண்டு வந்திருப்பாள் என்று தோன்றும்.

அப்படிக் கடுவாயன் வெகுநேரம் திரிந்துவிட்டு சோர்ந்து போய் மெல்லத் தன் கூட்டத்துக்கு வருவான். அப்புறம் ஒழுங்காக மேய்வான். ஏமாந்த சமயத்தில் பூனாச்சியைத் துரத்துவான். கத்திக்கொண்டே கிழவனை நோக்கிப் பூனாச்சி ஓடுவாள். 'பூங்குட்டியக்கூட உடமாட்டியா? அந்தளவுக்குக் கொழுப்பேறியிருச்சா?' என்று கிழவன் திட்டிக்கொண்டே விரட்டுவான். பூனாச்சியை மடியிலேற்றிக் கொஞ்ச நேரம் வைத்திருந்துவிட்டு மேய அனுப்புவான்.

பீத்தனால் தொந்தரவில்லை. அவன் எங்கும் ஓடுவதில்லை. எப்போதும் அருகிலிருக்கும் பொருமிதான் அதன் இலக்கு. பொருமியைக் கொஞ்சுவதும் அதன் மேல் கால்களைத் தூக்கிப் போடுவதும் எனச் சேட்டைகள் செய்தபடியே இருப்பான். பொருமி சிலசமயம் அவன் சேட்டைகளை ரசிப்பான். சிலசமயம் முகம் திருப்பிக்கொள்வான். கிழவன் அருகில் இருக்கும்போது பீத்தனை ஓங்கிக் காலால் உதைப்பான். 'தங்கச்சி மல்லக் குடிச்சுக்கிட்டு இங்கயே கெட. நீயும் ஒரு கெடா? நாலெடம் ஓடிப் போவமுன்னு இல்லாத சோம்பேறி' என்று திட்டுவான். வேறு வெள்ளாட்டுக் கூட்டத்தோடு கலக்கும்போது மட்டும் பீத்தன் ஏதாவது குட்டிகளைத் துரத்துவான். தானாகத் தேடிப் போவதில்லை.

மேய்ச்சல்காரர்கள் 'என்ன தாத்தா... உங்குட்டியோட தொந்தரவு தாங்க முடியில. மேயற வெள்ளாட்டுவள வந்து நக்கிநக்கித் தொரத்துது. ஒடை அடிச்சு உட்டுரு' என்று சொல்வார்கள்.

'இருக்கட்டும், இருக்கட்டும். பாவம் அதும் ஒரு சீவந்தான. ஒரு ஆட்டு மேலயாச்சும் உழுவட்டும். அப்பறம் ஒட அடிச்சிரலாம்' என்பான்.

'ஆட்டு மேல உழுந்திச்சின்னாக் கட்டு உட்டுப் போயிருமப்பா. அப்பறம் எப்பிடிக் குட்டி பெலக்கும்?' என்பார்கள்.

'பொறப்புக்கு ஒரு சொகத்த அத அனுபவிச்சுப் பாக்கட்டும். அப்பறம் அந்த நெனப்பே போதும் அதுக்கு' என்று கிழவன் சிரிப்பான். கடுவாயன் அடங்கவே இல்லை. ஓடி ஓடி ஆடுகளைத் துரத்தி மேய்ச்சலைக் கலைத்தான்.

புகார்கள் கூடியதும் கடுவாயனுக்கு மிகக் குறுகலாக அண்ணாங்கால் போட்டுவிட்டான் கிழவன். தலைக்கும் முன்னங்காலுக்கும் இடைவெளியே இல்லை. புதிதாகக் கயிறு கழுத்தில் விழுந்ததோடு காலிலும் பிணைத்ததால் கடுவாயானால் பொறுக்க முடியவில்லை. தலையை உதறியும் காலைத் தூக்கியும் என்னென்னவோ செய்தும் கயிற்றை அவிழ்க்க முடியவில்லை. ஒன்றிரண்டு முறை துள்ளிக் கீழே விழுந்தான். அப்புறம் காலை மடித்து உயரத் தூக்கி நொண்டியபடியே நடக்கக் கற்றுக்கொண்டான். நொண்டிக்காலோடே வெள்ளாடுகளைத் துரத்த முயன்றான். ஆனால் அவன் கொட்டம் பெருமளவு அடங்கிப் போயிற்று. பீத்தனுக்கு அண்ணாங்கால் போடவில்லை. அவன் அமைதியாகச் சேட்டை செய்துகொண்டு தப்பித்திருந்தான்.

மேற்குப் பக்கமிருந்து அன்றைக்கு வந்த வெள்ளாட்டுக் கூட்டத்திலிருந்து அழைப்பு வாசம் பரவிக் கடுவாயனைப் பெரும் தொந்தரவு செய்தது. அண்ணாங்காலோடு அங்கே போக முயன்றான். கிழவனால் அந்த வாசத்தை உணர முடியவில்லை. கடுவாயனைத் தடுத்தான். ஆனால் கடுவாயானால் நிலைகொள்ளவே முடியவில்லை. குனிந்து ஒருவாய் தீனி எடுக்கவில்லை. அந்தப் பக்கம் பார்த்துக் கத்திக்கொண்டே இருந்தான். அங்கிருந்தும் ஒரு குரல் பதிலாக வந்தது.

அப்போது அந்த மேய்ச்சல்காரன் வந்து கிழவனிடம் கேட்டான், 'என்னோட மூடு ஒன்னு பயராவுமாட்டம் இருக்குது. கொழாயடிச்சிக்கிட்டு ராத்திரில இருந்து கத்திக்கிட்டே இருக்குது. உங்கெடாய உட்டுப் பாப்பமா?'

கிழவனுக்கு ஒரே சந்தோசம். உடனே கடுவாயனின் அண்ணாங்காலை அவிழ்த்துவிட்டான்.

ஒரே பாய்ச்சலில் கொழாயடிக்கும் மூட்டிடம் போன கடுவாயன் அப்புறம் அன்றைக்கெல்லாம் அங்கேயே இருந்துவிட்டான். அவ்வப்போது முன்னங்கால் இரண்டையும் அந்த மூட்டின் மேல் போட்டு நிற்கும் காட்சி மட்டும் பூனாச்சிக்குத் தூரத்து நிழல் போலத் தெரிந்தது. அவன் என்ன செய்கிறான் என்று புரியவில்லை. ஏன் இன்றைக்குக் கிழவனும் சரி, மேய்ச்சல்காரனும் சரி, கடுவாயனை விரட்டவில்லை என்பதும் விளங்கவில்லை. அவர்கள் இருவரும் அவ்வப்போது கடுவாயனைப் பார்ப்பதும் தங்களுக்குள் ஏதோ பேசிச் சிரிப்பதுமாக இருந்தார்கள்.

பூனாச்சிக்கு அது ஒன்றும் பிடிக்கவில்லை. கிழவிக்குத் தெரிந்தால் கிழவன் அவ்வளவுதான் என்று நினைத்தாள்.

தினமும் மேய்ச்சல் காட்டில் நடப்பதை எல்லாம் இரவில் கிழவியிடம் பூனாச்சி சொல்வாள். அவள் பேச்சு கிழவிக்குச் சிலது புரியும்; சிலது புரியாது. ஆனாலும் கேட்டுக்கொள்வாள். 'இந்தக் குட்டிக்கு என்ன அறிவு பாரு' என்று முகத்தை ஏந்தி முத்தம் பதிப்பாள். இன்றைக்கு எப்படியாவது இந்தக் கண்றாவியைப் பற்றிக் கிழவியிடம் சொல்லிவிட வேண்டும் எனப் பூனாச்சி தீவிரமானாள்.

கடுவாயன் பக்கம் பீத்தனும் போய்ப் பார்த்தான். அந்த மூட்டின் மேல் போய் உராய்ந்தான். கடுவாயன் அண்ட விடவில்லை. ஒரே முட்டலில் பீத்தனை அலறி ஓடச் செய்தான். மதியத்திற்குப் பிறகு கடுவாயனுக்கு மீண்டும் அண்ணாங்காலைப் போட்டுவிட்டான் கிழவன். சோர்ந்து போய் நிழலில் படுத்துக்கொண்டான் கடுவாயன். அன்றைக்கெல்லாம் அவன் தீனி ஒருவாய்கூட எடுக்கவில்லை. அதற்கப்புறம் பீத்தன் அந்த மூட்டின் பின்னால் திரிந்தான். பீத்தனைப் பிடிக்காததாலோ என்னவோ அந்த மூடு அவனிடமிருந்து விலகி விலகி ஓடிற்று. பீத்தனும் விடவில்லை. அதன் பின்னாலேயே ஓடிக்கொண்டிருந்தான். பாவம் பார்த்து மூடு சிலசமயம் இணங்கி நின்ற மாதிரி தெரிந்தது. அப்புறம் கொஞ்ச நேரத்திலேயே பீத்தன் திரும்பி வந்து மேயத் தொடங்கிவிட்டான். கடுவாயனின் அண்ணாங்காலை அவிழ்த்துவிட்டான் கிழவன். நேராக அந்த மூட்டிடம் போய் நின்றான் கடுவாயன்.

'பொறப்பு ஒவ்வொன்னுக்கும் எத்தன வித்தியாசம் பாத்துக்க' என்றான் கிழவன். மேய்ச்சல்காரன் 'குட்டிக்கு அவ்வளவுதான் நசியம். இன்னமே கெடாய அண்டவிடாது' என்று ஏதோ சொன்னான். இருவரும் சிரித்துக்கொண்டே இருந்தார்கள். ஆனாலும் அன்றைக்கெல்லாம் கடுவாயன் வரவேயில்லை. வெள்ளாடுகளை வீட்டுக்கு ஓட்டிப் போகும் அந்தியில் கட்டாயப்படுத்திக் கடுவாயனைக் கிழவன் பிடித்துவந்தான். அந்த மூடு இந்தப் பக்கம் பார்த்துக் கத்தியது. கடுவாயனும் திரும்பக் கத்தினான். இரண்டு குரல்களிலும் ஒலித்த துயரம் பூனாச்சிக்கு அத்தனை விசித்திரமாயிருந்தது.

'பாவமா இருக்குது. இன்னைக்கு ஒருநாளைக்கித்தான் உடேன். ராத்திரிக்குக் கூட இருந்திட்டு வரட்டும்' என்றான் அந்த மேய்ச்சல்காரன்.

'தாராளமா ஓட்டிக்கிட்டுப் போ. நாளைக்கிக் காத்தாலக்கி ஒடை அடிக்க ஆளுக்குச் சொல்லீர்றன். ஒரு ராத்திரிக்குச் சந்தோசமா இருக்கட்டும்' என்று ஒப்புதல் தந்தான் கிழவன்.

விட்டதும் அந்தக் கூட்டத்திற்குள் போய் மூட்டின் உடலோடு உரசி நின்றான் கடுவாயன். இந்தப் பக்கம் திரும்பவேயில்லை. கள்ளியாடு ஒரு சத்தம் கொடுத்துப் பார்த்தது. அவன் திரும்பவில்லை. பீத்தன் ஒரு சத்தம் கொடுத்தான். அவன் திரும்பவில்லை. பொருமி ஒரு சத்தம் கொடுத்தாள். அவன் திரும்பவில்லை. தங்களுடன் இருந்தவன் போகிறானே என்று பூனாச்சியும் மென்மையாக ஒரு சத்தம் கொடுத்தாள். அவன் திரும்பவேயில்லை. மூட்டின் அழைப்புக்கு முன்னால் யார் அழைப்பும் எடுபடவில்லை. 'பருவம் வந்துட்டாப் பாசமேது?' என்றான் கிழவன் பெருமூச்சு விட்டுக்கொண்டே.

கடுவாயனை வேறு கூட்டத்தோடு விட்டு வந்ததற்காகக் கிழவி கோபித்துக்கொண்டாள். 'ஏன் அந்த மூட்ட இங்க ஓட்டிக்கிட்டு வர வேண்டியதுதான. எதுக்கு நம்ம கெடா அங்க போயி இருக்கோணும்? இது நல்ல வழமொறதான் போ' என்றாள்.

'அட இன்னைக்கு ஒருநாளுத்தான. அந்த மூடு இங்க வந்தாப் புது எடமுன்னு பயந்து போயிராதா? கடுவாயனுக்கு மூட்டத் தவிர எடம்கிடம் ஒன்னும் தெரீல. அதான் அங்க இருந்தா சந்தோசமா இருப்பாங்கன்னு உட்டன்' எனக் கிழவன் சமாதானம் சொன்னான்.

'பொறத்தாண்டயே போற அளவுக்கு அவ என்ன பெரிய மினுக்கியா?' என்றாள் கிழவி.

'மினுக்கியோ இல்லியோ. அழகுமூக்கி அவ. அவனுக்குப் புடிச்சுப்போச்சு. அப்பறம் அவன் பாத்த மொத ஆளு அவ. அவனே நெனச்சாலும் ஒடம்பு உடுமா?' என்று சிரித்தான் கிழவன்.

'ம்க்கும். இன்னமே அதுக்கு நம்மூடு நெனப்புலயா இருக்கப் போவுது? நாளைக்குக் காத்தால மொத வேலயா ஆளக் கூப்பிட்டு ஒடையடிச்சுடு. அப்பத்தான் காலு ஒரெடத்துல நிக்கும்?' என்றாள் கிழவி.

அன்றைக்கெல்லாம் கிழவனுக்கும் கிழவிக்கும் பேச்சுக்குக் கடுவாயன் விஷயம்தான். தூங்கி விழித்தால் பேச்சு. இப்போதெல்லாம் பூனாச்சி, கிழவியின் கட்டிலுக்கடியிலும் படுத்துக்கொள்வாள். வெள்ளாடுகளோடு போய் ஒட்டி உரசியும் படுப்பாள். ஊத்தனும் உழும்பனும் ஆளுக்கொரு திசையில் தலை வைத்துப் படுத்திருக்கும் இடத்தில் நடுவில் போய் புகுந்துகொள்வாள். அப்படி அவள் போய்ப் புகுந்து படுப்பதைச்

செம்மி விரும்புவதில்லை. கயிற்றை இழுத்துக்கொண்டு முட்ட முயலும். எட்டாது. பூனாச்சி அந்த இடத்தை விட்டு அசையாமல் ரசித்துக்கொண்டே பார்ப்பாள். செம்மிக்குப் பெருங்கோபம் வரும். ஆனால் என்ன செய்ய முடியும்? ஒருமுறை பின்பக்கத்தைப் பூனாச்சி பக்கம் வைத்து உடலைக் கூனி மண்டாள். பூனாச்சியின் தலைமேல் நீராபிஷேகம். ச்சீ என்று எழுந்து ஓடினாள் பூனாச்சி. ஊத்தனும் உழும்பனும் பிறக்கும் முன்னால் எத்தனை அன்போடு அரவணைத்தது இந்தச் செம்மி என எண்ணம் தோன்றும் போதெல்லாம் அழுகை வந்துவிடும். தன் தாயாகவே பூனாச்சி நினைத்திருந்தாள். நான் உன் தாயில்லை என்று செம்மி காட்டிக்கொண்டேயிருந்தது.

அன்றைக்கு இரவெல்லாம் கள்ளியாடு கத்திக்கொண்டே இருந்தது. இப்போது பால் கொடுப்பதில்லை. அடுத்த ஈத்து சினையாகிவிட்டது. ஆனாலும் தன் குட்டிகள் மூன்றையும் அருகணைத்து வைத்துக்கொள்ளும். பீத்தனையும் பொருமியையும் பார்த்துப் பார்த்துக் ‘கடுவாயன் எங்கே?’ என்று கேட்பது போலக் கத்தும். அவர்கள் பதில் கொடுப்பார்கள். கடுவாயன் இல்லாதது பீத்தனுக்குச் சந்தோசமாகவே இருந்திருக்கக் கூடும். எல்லாரையும் கவனிக்க வைப்பதில் கடுவாயன் சூரன். எல்லார் கண்ணுக்கும் அவன்தான் படுவான். மிகவும் சந்தோசமாக அசை போட்டபடி பீத்தன் படுத்திருந்தான். ‘எப்பவும் நாந்தான் உனக்கு’ என்று தாய்க்குச் சேதி சொன்னான் போல. கடுவாயன் வேறொரு கூட்டத்தோடு போய்விட்டாலும் அந்த இரவு என்னவோ மிகவும் சந்தோசமானதாகப் பூனாச்சிக்குத் தோன்றியது. ஆனால் எல்லாச் சந்தோசமும் மறுநாள் புகை போலாயிற்று.

மேய்ச்சல் காட்டுக்கு எல்லாரும் போய்ச் சேரும் முன்பே கடுவாயன் இன்னொரு கூட்டத்தோடு வந்து சேர்ந்திருந்தான். ஆனால் இவர்களை அவன் கண்டுகொள்ளவே இல்லை. அவன் வயிற்றில் சிறுதுளி தீனியும் போன மாதிரியே தெரியவில்லை. தண்ணீரேனும் குடித்தானோ என்னவோ? அழகுமூக்கியின் பின்னால் திரிந்தான். அழகுமூக்கி அவனுக்குப் போக்குக் காட்டினாள். இன்றைக்கு அவள் அடர்ந்த வால் கொண்டு தன் அரத்தை அழுத்தமாக மூடியிருந்தாள். கடுவாயன் பின்னால் போய் வாயால் வாலைத் தள்ளித் தள்ளிப் பார்த்தான். அவள் இணங்குவதாக இல்லை. எனினும் விட்டு வரவே இல்லை. அங்கேயே சுற்றிக்கொண்டிருந்தான். ஏதோ ஒருசமயம் அழகுமூக்கி வாலைத் தூக்கிய சமயத்தில் சட்டெனப் பாய்ந்து அவள் ஏறி நின்றான். அவளும் முரண்டு பிடிக்கவில்லை. பூனாச்சிக்கு அதைப் பார்க்கப் பார்க்கக் கோபமாய் வந்தது. இந்த அழகுமூக்கி

ஏன் அப்படியே நிற்கிறாள்? கடுவாயனின் பேருடல் சுமையை ஏன் தாங்க வேண்டும்?

கிழவனும் பார்த்தான். 'செரி, செரி. இதுதான் கடைசி பாத்துக்க' என்று சிரித்தான்.

●

11

கொஞ்ச நேரத்தில் எங்கிருந்தோ ஓர் ஆள் வந்தான். அவனுக்கும் கிட்டத்தட்டக் கிழவனின் வயதிருக்கும். கிழவனை விடவும் உயரமாக இருந்தான். அவன் கையில் நீண்ட இடுக்குக்கோல் இருந்தது. கையில் பெரும் சுரைப்புருடை.

'வாப்பா ஓடக்காரா. பொழுதேறிப் போய்க் கிட்டே இருக்குதே, இன்னம் ஆளக் காணாமேன்னு நெனச்சன்' என்று கிழவன் வரவேற்றான்.

மேய்ப்பர்கள் நான்கைந்து பேர் அவ்விடத்திற்கு வந்து சேர்ந்தார்கள். 'வேலைய முடிச்சுட்டு வர வேண்டாமா?' என்றவன் சுரைப்புருடையைக் கீழே வைத்தான். சோற்றுப்போசியை நீட்டியவர்களுக்குச் சுரைப்புருடையிலிருந்து கள் வடித்து ஊற்றினான். ஆளாளுக்குக் குடித்தார்கள். அது என்னவென்று அறியும் ஆவலில் பூனாச்சி அருகே போனாள்.

'இது என்ன சடைப் புடிச்சுக் கழுதக்குட்டி யாட்டம் இருக்குது?' என்றான் ஓடக்காரன். 'அது நம்ம கைப்பழக்கமா இருக்கற குட்டி. தாய் தகப்பனோட பாவன இல்லீனா இப்பிடித்தான்' என்றான் கிழவன். அவனுக்குப் பின்னால் போய் ஒளிந்துகொண்டாள் பூனாச்சி.

'செரி செரி. குட்டியப் புடிச்சாங்க' என்றான் அவன். கடுவாயனை 'புக்குக்கூ புக்குக்கூ' என்று கூப்பிட்டுப் பார்த்தான் கிழவன். அது கடுவாயனின் காதிலேயே விழுந்த மாதிரி தெரியவில்லை. உடனே இளவட்டமாக இருந்த இரண்டு மேய்ப்பர்கள் மெல்லப் போனார்கள். அழகுமூக்கி அவர்களைப் பார்த்து மிரண்டாள். அவளுக்குத்தான் ஏதோ

ஆபத்து என்று நினைத்துக் கடுவாயன் உடலைச் சிலுப்பிக்கொண்டு தலையை உயர்த்தியபடி அவர்களை நோக்கி வந்தான். 'அவளக் காப்பாத்தறானாம்' என்று சிரித்துக் கடுவாயனின் முன்னால் போய் நின்றான் ஒருவன்.

அப்போது பின்னால் வந்த இன்னொருவன் கடுவாயனின் பின்னங்கால் ஒன்றை எட்டிப் பிடித்துத் தூக்கிக்கொண்டான். மூன்று கால்களில் நிற்க முடியாமல் தடுமாறிக் கடுவாயன் கீழே விழுந்தான். 'புடுக்குப் பெருத்த உடலு ஒடுக்கு விழுந்த கொடலு' என்று சிரித்தான் முன்னிருந்தவன். கழுத்துக் கயிற்றைப் பிடித்து ஒருவன் இழுக்க எழுந்த கடுவாயன் அவர்கள் பின்னால் போக வேண்டியானது. திரும்பித் திரும்பிப் பார்த்து அழகுமூக்கிக்குக் கேட்கும்படி கத்தினான். அவளுக்கு என்ன நடக்கிறது என்றே புரியவில்லை. அவனுக்குப் பதில் குரல் கொடுக்கவும் தோன்றாமல் அப்படியே நின்றாள். பின் அவனுக்குப் பின்னால் ஓடி வந்தாள். அவளுடைய கத்தல் பரிதாபமாக இருந்தது. இந்தக் கடுவாயனுக்காக இப்படிக் கத்தும் ஒருயிர் இருப்பது ஆச்சரியம் என்று பூனாச்சி நினைத்தாள். மேய்ப்பன் ஓடிவந்து அழகுமூக்கியை விரட்டினான். அவனைத் திரும்பித் திரும்பிப் பார்த்துக்கொண்டே கூட்டத்துக்குள் போய்க் கலந்தாள் அழகுமூக்கி.

ஓடக்காரனுக்கு முன்னால் கொண்டுபோய்க் கடுவாயனைக் கிடத்தினார்கள். ஒருவன் தலையையும் முன்னங்கால்களையும் அழுத்திக்கொண்டான். இன்னொருவன் பின்னங்கால்களை அழுத்திப் பிடித்திருந்தான். ஆனாலும் உடலை எம்பித் துள்ளினான் கடுவாயன்.

'என்ன கவிச்சி கண்ட குட்டியாட்டம் இருக்குது?' என்றான் ஓடக்காரன்.

'நேத்துத்தான் ஒரு மூட்டு மேல உழுந்தான். இன்னமே இவனக் கையில புடிக்க முடியுமா? அதான் உன்னய வரச் சொன்னன்' என்றான் கிழவன்.

கடுவாயனுக்குப் பக்கத்தில் போய்ப் பின்னங்கால்களுக்கு நடுவில் இருந்த விரையை நன்றாக வெளியே எடுத்தான் ஓடக்காரன். கால்களை தூக்கிப் பிடித்த இளவட்டம் சிரித்தான். இடுக்குக்கோலை விரித்து விரையை அதன் நடுவில் வைத்து மேலிருந்து நகர்த்தினான். படக்கென்று ஓர் சத்தம் கேட்டது. கடுவாயன் 'பேஎ' என மூச்சே இல்லாமல் ஒரே கத்தலை நீட்டினான். மேய்ச்சல் காட்டில் இருந்த வெள்ளாடுகள் மேய்ச்சலை விட்டுவிட்டு நிமிர்ந்து பார்த்தன. தலையையே

நிமிராத செம்மறிகள் தலையை உயர்த்திக் காதுகள் விறைக்கத் திரும்பிப் பார்த்தன. எல்லாம் ஒரே ஒருகணம். கடுவாயனின் கண்களில் நீர் கொட்ட அவன் அப்படியே கீழே சாய்ந்தான். இப்போது அவனை யாரும் பிடித்திருக்கத் தேவையில்லை.

'எல்லாக் கொட்டமும் இது இருக்கற வரைக்குந்தான்' என்றான் ஓர் இளவட்டம்.

'இத்தன பாவத்தச் செய்யற என்னுசுரு நல்ல கெதிக்கா போவப் போவுது' என்றான் ஒடக்காரன்.

'கழத்த அறுத்துக் கொல்றவனெல்லாம் கவலப்படாத இருக்கறான். நிய்யெதுக்கு இப்பிடிக் கவலப்படற?' என்றான் கிழவன்.

அதற்குள் பீத்தனைப் பிடித்து வந்தார்கள். சுரைப்புருடையில் வாய் வைத்துக் கொஞ்சம் உறிஞ்சிக்கொண்டான் ஒடக்காரன். 'கொலப்பாவத்தோடப் பெரும்பாவம் எம்பாவம்' என்றான் அவன். அடுத்துப் பீத்தனின் பெருங்குரலைக் காடு கேட்டது. பின் வழக்கத்திற்குத் திரும்பிற்று. அடுத்து மூன்று செம்மறிக் கிடாய்கள் அடுத்தடுத்து வந்தன. ஒடக்காரன் தேர்ந்த தொழில்காரனாய்ச் செயல்பட்டான். இப்போது கத்தல் குரல் காட்டுக்குப் பழகியிருந்தது. யாரும் நிமிர்ந்துகூடப் பார்க்கவில்லை. கிடந்த கிடாய்களை ஒவ்வொன்றாகத் தூக்கி நிறுத்தினார்கள். கடுவாயனால் கால்களைச் சேர்த்து வைக்க முடியவில்லை. அகட்டி வைத்திருந்தான். காய்கள் வீங்கிப் புடைத்திருந்தன. அவ்வப்போது கத்திக் கத்தி ஓய்ந்தான். எல்லாக் கிடாய்களும் அப்படியே. பீத்தனால் கத்தவும் முடியவில்லை. அவன் உடல் இன்னும் நடுங்கியது. என்ன நடந்தது என்றே அவர்களுக்குச் சரியாகத் தெரியவில்லை.

சுரைப்புரடையில் இருந்த கள்ளை எடுத்து அப்படியே குடித்தான் ஒடைக்காரன். முடித்து நிமிர்ந்தபோது ஐந்தும் கண்ணீர் ஒழுகப் பெரும் வேதனையோடு நிற்கும் காட்சி அவன் கண்களுக்குத் தெரிந்தது. நெஞ்சில் அடித்துக்கொண்டு திடுமென அழுதான் அவன். 'பாவி பாவி பாவி நான்' என்னும் சொற்கள் அவனிடமிருந்து வெளியேறின. கிழவன் அவன் அருகில் வந்து 'என்ன இது? புதுசா உனக்கு?' என்று அதட்டிவிட்டுச் சாமை ஒருபடியைத் துண்டில் குவித்தான். மற்ற கிடாய்க்காரர்களும் துண்டில் தவசத்தைப் போட்டார்கள். அவன் அதை ஒன்றும் கவனிக்கவில்லை. அவன் குரலெடுத்துக் கதறினான். சாமி போல நின்ற கிடாய்களின் முன்னால் மண்டியிட்டுக் கையெடுத்துக் கும்பிட்டான். மண்ணிலும் நெஞ்சிலும் மாறி

மாறி அடித்துக்கொண்டான். அந்தக் கிடாய்களிடம் அவன் இறைஞ்சுவது போல ஏதேதோ புரியாத சொற்கள் வந்தன. அப்படியே எழுந்தவன் கிறுக்கனைப் போல வந்த வழியில் நடந்தான். அவனது தவச மூட்டையை இளவட்டம் ஒருவன் கொண்டோடிப் போய்த் தோளில் போட்டான். முதுகில் பெரும் கட்டி ஒன்றாய் மூட்டை ஆட அவன் அசைந்து அசைந்து போவதையே மௌனமாய் எல்லாரும் பார்த்தார்கள்.

அன்றைக்கு இரவு கிழவன் ஒருவார்த்தையும் கிழவியிடம் பேசவில்லை. அவளும் என்னென்னவோ கிளறிப் பார்த்தாள்.

'ஆமா. திடீர்னு இப்படி ஊமக்கோட்டனாட்டம் ஆயிரு. நீ நல்லா இளிச்சுக்கிட்டுப் பேசறன்னிக்கு நானும் பேசோணும். நீ ஊமையாயிட்டா நானும் வாய மூடிக்கோணும்' என்று திட்டினாள்.

பூனாச்சிக்கும் அன்றைக்குத் துயரமாக இருந்தது. கடுவாயனும் பீத்தனும் கால் மடக்கி ஒரு நிமிசமும் படுக்கவில்லை. அப்படியே நின்றுகொண்டிருந்தார்கள். திடீர் திடீரென ஒவ்வொரு முனகல். கத்தல். வானத்தைப் பார்த்து முறையிடுவது போல ஊளை. கடுவாயனின் அருகில் போய் நின்று அவன் கால்களை மோந்து பார்த்தாள் பூனாச்சி. அவனிடம் இருந்து எந்த எதிர்வினையும் இல்லை. மேய்ச்சல் காட்டிலிருந்து அவர்களை வீட்டிற்கு ஓட்டி வருவதற்குள் கிழவனுக்கு அன்றைக்குப் பெரும்பாடாகிவிட்டது. ஒற்றைக் காலைத் தூக்கி வைத்தால் போதும். ஒரு கத்தல். இருவரும் மாறி மாறிக் கத்திக்கொண்டே வந்தார்கள். கிழவனும் பொறுத்து ஓட்டினான். தாயாடுகளும் அன்றைக்குச் சோர்வுடன் இருந்தன. கள்ளியாடு அடிக்கடி அவனருகில் போய் மோந்து பார்த்து விசாரித்தது. அவன் பதிலேதும் சொல்லும் நிலையிலில்லை. எல்லாப் பக்கமும் பேரமைதியும் இருளும் சூழ்ந்துவிட்டதாகத் தோன்றியது. அன்றைக்குப் பூனாச்சியும் தூங்கவில்லை. அவர்கள் பக்கம் போய் அவ்வப்போது நின்று நின்று வந்தாள். அவர்களிடமே அசைவேயில்லை. கற்சிற்பம் நிற்பதாகத் தோன்றியது.

மறுநாள் விடிகாலையில் பெரிய குண்டாவில் தண்ணீர் கொண்டுவந்து கடுவாயனின் விரையிலும் பீத்தனின் விரையிலும் சலார் சலார் என்று அடித்தாள் கிழவி. அவர்கள் விருக்கென்று பயந்து பின் பேசாமல் நின்றார்கள். தண்ணீர் படுவது இதமாக இருந்திருக்கக் கூடும். இரண்டு மூன்று குண்டா நீரை அப்படி அடித்தாள் கிழவி. கொஞ்சம் சாணத்தைக் கொண்டுவந்து காய்களில் சொதும்பப் பூசினாள்.

‘ஏம் போயிக் குட்டிவளத் தொரத்தோனும், இந்தப் பாடு படோணும்? பேசாத இருக்க முடிய மாட்டீங்குது. நீ இருன்னாலும் உள்ள ஓடற ரத்தம் இருக்க உடுமா? அப்பறம் இந்தக் கஷ்டப்பட வேண்டீதுதான்’ என்று பேசியபடி அவர்களுக்கு வைத்தியம் செய்தாள் கிழவி. கொஞ்சம் பருத்திக்கொட்டையைக் கையில் வைத்துத் தின்னக் கொடுத்தாள். கடுவாயன் மோந்துகூடப் பார்க்கவில்லை. கிழவி விடவில்லை. அவன் வாயைத் திறந்து உள்ளே தள்ளினாள். மெல்ல அசைத்து மென்ற கடுவாயனுக்கு ருசி பிடிபட்டது போலும். நாலு கொட்டைகளைக் கொரித்தான். அன்றிலிருந்து நான்கு நாட்கள் அவர்கள் இருவரும் மேய்ச்சல் காட்டுக்கு வரவில்லை. ஆட்டுக்குடிசையில் நின்றபடியே இருந்தார்கள். மேய்ச்சல் காடே வெறுமையாய்த் தெரிந்தது. பூனாச்சிக்கு ஏதும் பிடிக்கவில்லை. அடிக்கடி போய் நிழலில் படுத்துக்கொண்டாள். ஏன் இப்படி ஆயிற்று என்று யோசித்து யோசித்துப் பார்த்தாள். ஒன்றுமே தோன்றவில்லை.

ஐந்தாம் நாள் மேய்ச்சல் முடிந்து வீட்டுக்குப் போனபோது இரண்டு பேரும் படுத்து அசை போட்டுக்கொண்டிருந்தார்கள். இவர்களைப் பார்த்து மென்மையாகக் கத்தவும் செய்தார்கள். அன்றைக்குப் பூனாச்சிக்கு மறுபடியும் உற்சாகம் வந்தது. அடுத்த நாள் முதல் அவர்களும் மேய்ச்சலுக்கு வந்தார்கள். பூனாச்சி ஓடிப் போய்க் கடுவாயனிடம் முட்டியும் மோதியும் விளையாடிப் பார்த்தாள். அவன் அவளை ஏதும் செய்யவில்லை. மற்ற ஆட்டுக் கூட்டத்தை நோக்கி ஒருமுறையும் போகவில்லை. தான் உண்டு தன் தீனியுண்டு என்றிருந்தான். பீத்தனைச் சொல்லவே வேண்டியதில்லை. அவன் ஏற்கனவே அப்படித்தான். இப்போது இன்னும் அடங்கியிருந்தான். அவர்களின் கால் சந்தில் பூனாச்சியின் பார்வை போகும். ஒரு பனம்பழத்தைக் கட்டித் தொங்கவிட்டது போலிருந்த காய்கள் வற்றிச் சுருங்கி வதங்கியதை அவள் தினமும் படிப்படியாகக் கண்டாள். ஆனால் அவர்கள் சேட்டை செய்யாமல் அடங்கி ஒடுங்கி இருப்பதும் வலியில் துடிக்காமல் மேய்வதும் சந்தோசம் கொடுத்தன.

●

12

அடுத்த மாதத்தில் முதல் முதலாக ஒரு யாத்திரை மூலம் பூனாச்சி வெளியுலகம் அறிந்தாள். அதுவரைக்கும் கிழவன் கிழவியின் ஓலைக் கொட்டகையும் அதைச் சுற்றியிருக்கும் நிலமும் ஊரும் மேய்ச்சல் நிலமும்தான் மொத்த உலகமும் என்றிருந்தாள். தன் உலகம் வேறேதோ என்பதை அவள் புரிந்துகொண்ட யாத்திரை அது. கிழவியின் மகள் தன் ஊரில் மேசாசுரன் சாமிக்கு நோம்பி என்று சொல்லி வந்து அழைத்துப் போயிருந்தாள். வருசா வருசம் இப்படித்தானாம். இந்த நோம்பிக்குப் போகும் போது வெள்ளாடுகளையும் ஓட்டிக்கொண்டு போவதுதான் வழக்கமாம். ஊருக்குக் கிளம்பும் முன் ஒருநாள் சந்திக்குக் கொண்டுபோய் எருமைக் கன்றை விற்று வந்தான் கிழவன். மகளுக்குக் கொடுக்க அந்தத் துட்டு இருந்ததால் சந்தோசமாகக் கிளம்பினார்கள்.

பெரும்போவனியில் கட்டுச்சோற்றை எடுத்துக் கொண்டு அன்றைக்குப் பொழுது விடிந்ததும் கிளம்பினார்கள். புதிய மேய்ச்சல் காட்டுக்குப் போவதாகத்தான் பூனாச்சி முதலில் நினைத்தாள். ஆனால் போய்க்கொண்டேயிருந்தார்கள். முதல் நாள் ஏரிக்கரை ஒன்றில் மேய்ந்துவிட்டு அங்கேயே இருந்த பாறை மேல் படுத்துக்கொண்டார்கள். நன்றாக விடிந்த பிறகுதான் கிளம்பினார்கள். பொழுதிருக்கவே ஓரிடம் பார்த்துத் தங்கிக் கொண்டார்கள். இருவருக்கும் கண் கொஞ்சம் மங்கலாகிவிட்டதாலும் லேசாக இருட்டும்போதே படுக்கை விரித்துப் பழகியதாலும் இந்த ஏற்பாடு.

ஏரி நீரின் குளுமையைக் கொண்டுவந்து காற்று பாறையெங்கும் பரப்பியது. ஆனந்தமாகத் தூங்கினார்கள்.

அடுத்த நாள் பனங்காடு ஒன்றுக்குள் நுழைந்து மேய்ந்த படியே நாளெல்லாம் நடந்தார்கள். பனைகள் முடியவே யில்லை. சாரிசாரியாகப் பனைகள். ஓலைச் சரசரப்பு. காய்ந்த பனம்பழங்கள். பெரிய மணற்காடு அது. அங்கே மேய்ச்சலுக்குப் பெரிதாக ஒன்றுமில்லை. பனங்கருக்குகளில் ஓலைகளைக் கடித்தும் பனையேறிப் படர்ந்திருக்கும் கொடிகளைக் கிழவன் இழுத்துக் கொடுக்க அவற்றைத் தின்றும் வயிற்றை நிரப்பினார்கள். இத்தகைய கொடிகளை எல்லாம் தங்கள் மேய்ச்சல் நிலத்தில் அவர்கள் ஒருபோதும் கண்டதில்லை. சில கொடிகள் அப்படி ருசியாக இருந்தன. வெள்ளாடுகள் ஆளுக்கு ஒருபக்கம் ஓடின. அவற்றைத் திரட்டிச் சேர்த்து ஓட்டுவதற்குக் கிழவனும் கிழவியும் பாடாய்ப் பட்டார்கள். பூனாச்சியோ கிழவியை விட்டு நீங்கவேயில்லை. கிழவி நடக்கும்போது சிலசமயம் அவள் கால்களுக்குள் போய் விழுந்தாள் பூனாச்சி. அப்போதும்கூடக் கிழவி திட்டவில்லை.

'பூனாச்சிக் கண்ணு, பாத்து வா. கால்ல வந்து உழுந்து என்னக் கீழ தள்ளீட்டயின்னா அப்பறம் உன்னய ஆரு பாப்பா? ஒருநாளைக்கு ஏழு குட்டி போடுவியே அப்ப உன்னயக் கெவனிச்சிக்க வேண்டாமா?' என்று அன்பாகச் சொன்னாள். பூனாச்சிக்கு வெட்கமாக இருந்தது.

ஊத்தனும் உழும்பனும் நிறையத் தொல்லை கொடுத்தார்கள். அவர்களுக்குக் கயிறு போட்டுக் கட்டி வந்திருக்க வேண்டும் என்று கிழவி சொன்னாள். கட்டுச்சோற்று மூட்டையைத் தூக்கி வருவதே அவளுக்குப் பெருவேலையாக இருந்தது. அது தீர்வதற்குள் அல்லது கெட்டுப் போவதற்குள் மகள் ஊர் போய்ச் சேர்ந்துவிட வேண்டும் என அவசரப்பட்டார்கள். அவர்கள் கணக்குப்படி நான்காவது நாள் சாயங்காலம் ஊரடைந்து விடலாம். மூன்றாம் நாள் நடுப்பகல் பொழுதில் மலங்காடு ஒன்றை அடைந்தார்கள். அது நீண்ட மலைத்தொடர். பெருமரங்கள் நிறைந்த வனம் மலை முழுதும் படர்ந்தோடியது. அடிவாரத்தில் வெள்ளாடுகளை மேய விட்டார்கள். ஓரத்தைச் சுற்றிக்கொண்டு போனால் பாதிச் சுற்றில் கிழக்கே செல்லும் கொடித்தடம் ஒன்றுண்டு. அது குறுக்கு வழி. அதை நினைத்துப் போனார்கள். வெள்ளாடுகள் மேய்ந்துவிட்டு அங்கிருந்த பொய்கையில் நீரருந்தி நிழலில் படுத்தன. கிழவனும் கிழவியும் கொஞ்சம் மரத்தடியில் தலை சாய்ந்தார்கள். பூனாச்சி கிழவியின் காலடியில் படுத்து அசை போட்டுக்கொண்டிருந்தாள்.

அப்போது ஊத்தனும் உழும்பனும் தாயிடமிருந்து கிளம்பி காட்டுக்குள் ஓடினார்கள். எந்தத் தலையீடும் இல்லாமல் விளையாடுவது அவர்கள் நோக்கம். லேசாகக் கண் விழித்த பூனாச்சிக்கு அவர்கள் ஓடுவது தென்பட்டது. உடனே அங்கே போய்ப் பார்க்கலாம் என்று ஆசை வந்தது. அவர்கள் பின்னால் ஓடினாள். ஐந்தாறு ஆட்கள் சேர்ந்து கட்டியணைத்தாலும் அடங்காத பெரும் அடிப்பகுதியைக் கொண்ட மரங்கள். ஒரு மரத்தின் மறைவில் ஒளிந்துகொண்டால் எளிதில் கண்டுபிடிக்க முடியாது. ஊத்தன் ஒளிந்துகொள்ள உழும்பன் ஓடி ஓடிக் கண்டுபிடித்தான். பூனாச்சியும் அந்த விளையாட்டில் சேர்ந்தாள். இருவரும் எப்போதும் பூனாச்சியையே பூண்டியாக்குவார்கள். அதை ஏற்று இரண்டு மூன்று முறை அவளே இருந்தாள்.

இருவரும் ஓடி ஒளிந்தார்கள். ஒரு மரத்தின் மறைவில் தெரிந்த உழும்பனின் வாலைப் பிடித்திழுத்துக் கண்டுபிடித்தாள். உழுத்தன் ஒத்துக்கொள்ளவில்லை. முகத்துப் பக்கம் வந்துதான் கண்டுபிடிக்க வேண்டும். வால் பக்கம் வந்தால் அதை ஏற்றுக்கொள்ள முடியாது என்று நியாயம் பேசினான். ஊத்தனும் அதற்கு ஒத்தூதினான். அவர்கள் செய்யும் ஏமாற்றைப் பொறுக்க முடியாமல் 'போங்கடா நீங்களும் உங்க விளையாட்டும்' என்று சொல்லிவிட்டு இன்னும் கொஞ்சம் மேலேறினாள். சில மரங்களின் காய்கள் கீழே விழுந்து கிடந்தன. அவற்றில் ஒன்றிரண்டைக் கடித்துப் பார்த்தாள். ரொம்பவும் ருசியாக இருந்தது. அப்படியே ஒவ்வொரு மரத்திலும் காய் பொறுக்கித் தின்றுகொண்டே போனாள்.

வனமும் மரங்களும் அவளுக்குப் பேராச்சரியமாய் இருந்தன. அங்கே அவள் முயல்களைப் பார்த்தாள். எலிகளைப் பார்த்தாள். தன்னைக் கண்டு பயந்தோடும் பாம்புகளைப் பார்த்தாள். பயமாக இருந்தாலும் ஆர்வமாகவும் இருந்தது. ஏதோ தன் சொந்த வீட்டுக்கு வந்து சேர்ந்தது போல உணர்ந்தாள். சில மரங்களில் போய்த் தன்னுடலை உரசினாள். உடலுக்கு மிகவும் இதமாக இருந்தது. மரங்களுக்கு இடையே மெல்ல இருள் பரவிய போதுதான் ரொம்ப தூரம் வந்துவிட்டோமோ என்று நினைத்தாள். உடனே வேகமாக இறங்கினாள். ஆனால் வந்த தடத்தைத் தவற விட்டிருந்தாள். பல பக்கம் ஓடோடிப் பார்த்தும் சரியான தடத்தைக் கண்டுபிடிக்க முடியவில்லை. இடைவிடாமல் கத்திப் பார்த்தாள். கிழவியின் பதில் குரல் கேட்கும் என நினைத்தாள். ஏதேதோ பறவைகள் கத்தும் சத்தம்தான் கேட்டது. கொஞ்ச நேரத்தில் வாயடங்கினாள். பூனாச்சி தன் புத்திசாலித்தனத்தை அன்றைக்கு அறிந்தாள்.

இருட்டடைத்து எல்லா வழிகளும் மூடுண்டன. வேறு வழியில்லாமல் மலை மேல் தங்க நேர்ந்தது. எங்கே இருப்பது, இருளுக்குள் தனியாகப் படுத்திருக்க முடியுமா என்றெல்லாம் பயம் தோன்றியது. அப்போது பக்கத்தில் பெரும்பொய்கை ஒன்றைக் கண்டாள். அதில் நீர்க்கொடிகள் படர்ந்து மூடியிருந்தன. ஒருபக்கம் போய் வயிறு முட்ட நீர் குடித்தாள். அத்தனை சுவையுடைய நீரை அவள் இதுவரைக்கும் குடித்ததே இல்லை. உள்ளே இறங்கி நீச்சல் போட்டு வரவும் அவளுக்கு ஆசை தோன்றியது. நீர் அசையாமல் கொடிகள் மூடி அச்சமூட்டிற்று. ஆசையை அடக்கிக்கொண்டாள். பொய்கைக் கரையிலிருந்து ஒரு கையை உள்ளே நீட்டியது போலப் பாறை ஒன்று தெரிந்தது. அடி பெருத்துக் கொஞ்சம் கொஞ்சமாக அகலம் குறைந்து கூர்நுனி கொண்டு முடிந்திருந்தது. அதுதான் தனக்கு ஏற்ற இடம் என்று பூனாச்சிக்குத் தோன்றியது. பாறையில் தன் குளம்புகளைப் பதித்து ஏறினாள். யாராலும் அங்கே ஏறிவர முடியாது. அவ்விடம் மிகுந்த பாதுகாப்புத் தருவதாக உணர்ந்தாள்.

முதலில் பேரச்சம் இருந்தது. காற்று மரங்களில் மோதி ஊய்ஊய் என்று அலறி ஓடும். சில சமயம் மரங்கள் அப்படியே உறைந்து நிற்கும். அங்கே அடர்ந்திருந்த கெட்டியிருளை அவள் இதுவரைக்கும் கண்டதேயில்லை. பாறைப் பல்லியைப் போல ஒட்டிப் படுத்துக்கொண்டாள். வெகுநேரத்திற்குப் பிறகு நடுவானில் நிலா தோன்றிப் பொய்கையின் பரப்பை வெளிச்சமாக்கிற்று. வனம் உயிர்பெற்றது போலத் தோன்றியது. வெளிச்சத்தில் சில பறவைகள் எழுந்து பறந்தன. கொஞ்ச நேரத்தில் பூனாச்சி படுத்திருந்த கூர்ங்கல்லுக்கு எதிர்த்திசையில் பெருங்கூட்டம் ஒன்று உறுமலுடன் வந்து சேர்ந்தது. காட்டுப்பன்றியின் உருவங்கள் நிழல் போலத் தெரிந்தன. அவை நீருக்குள் புகுந்து அமைதியைக் கலைத்து நீரருந்தியும் நீந்தியும் களித்தன. பாறையுடன் ஒட்டிக்கொண்டே அக்காட்சியைப் பார்த்துக்கொண்டிருந்தாள் பூனாச்சி. ஏனோ அவள் கண்கள் கசிந்தன. பெருமூச்சு வந்துகொண்டேயிருந்தது. அங்கிருந்து ஒரே தாவலில் பொய்கைக்குள் குதித்துப் பாய்ந்து நீந்திக் களிக்க வேண்டும் என மனம் தவித்தது. காண்பதுதான் தன் விதி என நினைத்தாள். காண்பதற்கேனும் விதித்திருக்கிறதே என நிம்மதியும் கொண்டாள். பெரும்பன்றிகளின் மேலேறிக் குதித்து விளையாடும் குட்டிகள் அவளுக்குத் தெரிந்தன. எல்லாம் நிழல்கள். அவற்றுக்கு உயிர் கொடுத்தவை அங்கெழுந்த ஓசைகள். அவை அங்கிருந்து கிளம்பிப் போக வெகுநேரமாயிற்று.

இந்த வனத்திற்குள்ளேயே இருந்துவிடலாம் என்று அப்போது தோன்றியது. இங்கே பெருமரங்கள் இருக்கின்றன. செடிகளும் கொடிகளும் அனேகம். அருந்தவும் களிக்கவும் பொய்கைகள்.

உடல் நீட்டிப் படுக்கப் பாறைகள். இதற்கு எல்லையே இல்லை போல. எங்கும் போய்க்கொண்டேயிருக்கலாம். குட்டியாக இருந்தபோது வந்து கவ்விய காட்டுப்பூனை போல ஏதேனும் மிருகங்கள் அடித்துவிடுமோ? அடிக்கும்வரை இங்கிருந்து வாழலாமே. அவளுக்குள் என்னென்னவோ தோன்றின. மெல்லப் பொழுது விடிந்தது. இப்போது பொய்கையின் காட்சி வேறு மாதிரி தெரிந்தது. உள்ளே பூக்கள் நிமிர்ந்து நின்றன. பறவைகள் பொய்கையைச் சூழ்ந்திருந்தன. சோம்பலுடன் எழுந்து போய்ப் பொய்கைக்குள் வாய் வைத்து நீரை உறிஞ்சினாள். இதுதான் அமிர்தம். உறிஞ்சிக்கொண்டே இருக்கலாம் என ஆசையாக இருந்தது. அவ்விடத்தை விட்டு வெளிவந்ததும் கிழவனும் கிழவியும் எங்கெல்லாம் தேடுகிறார்களோ என்று நினைவோடிப் பதற்றம் கொண்டாள். இதுவரைக்கும் இருந்த நினைவென்ன, இப்போது வருவதென்ன? தேடட்டும். தேடி அலையட்டும். தேடி முடித்துக் கிளம்பட்டும்.

கிழவனையும் கிழவியையும் விட்டுவிட்டு இருந்துவிடலாம். ஊத்தனையும் உழும்பனையும் விட்டுவிட்டு இருக்க முடியுமா? அந்தத் தாயாடுகள். கடுவாயன், பீத்தன், பொருமி. தன் கூட்டத்திற்குள் இருப்பதுதான் எப்போதும் பாதுகாப்பு. இந்த வனத்தில் எல்லாம் கிடைக்கும். தன் கூட்டம் கிடைக்குமா? தனியாக இருக்க முடியுமா? காட்டுப்பன்றிகள் கூட்டமாக இருப்பதால் அல்லவா சந்தோசமாய் இருக்கின்றன? தனியாய் ஒரு பன்றி இப்படிக் குதூகலம் கொள்ளுமா? ஊத்தனையும் உழும்பனையும் போல விளையாட்டுத் துணை இங்கே கிடைக்குமா? இப்படியெல்லாம் யோசிக்க யோசிக்க அவளுக்குப் பயம் பெருகிற்று.

விரைந்தோடித் தன் கூட்டத்தோடு சேர்ந்துகொள்ள வேண்டும் என்னும் உணர்வு உந்தித் தள்ளிற்று. வனத்திற்குள் கண்ணுக்குப் பட்ட தடங்களில் எல்லாம் ஓடினாள். காலோய ஓடினாள். எங்கே போய்ச் சேர்கிறோம் என்றே தெரியவில்லை. ஒரே இடத்திலேயே சுற்றிக்கொண்டிருப்பதாகவும் உணர்ந்தாள். எங்கும் ஒரே காட்சி. பெரும்பாலான நேரம் அவளால் வித்தியாசத்தையே அறிய முடியவில்லை. நின்ற நிலையிலேயே நடந்துகொண்டிருப்பதாகப் பட்டது. எனினும் அவள் ஓடினாள். காலோய்ந்த போதும் நிற்கவில்லை. நீர் கிடந்த இடங்களில் ஓரிரு வாய் உறிஞ்சிக்கொண்டு ஓடினாள்.

வெயில் உறைத்த நடுப்பொழுதில் அவள் காதுகளில் ‘கூவேக்கூவேக்கூவே’ என்னும் கிழவியின் குரல் வந்து விழுந்தது. உடனே பூனாச்சி பதில் குரல் கொடுத்துக்கொண்டே ஓடினாள்.

கிழவியின் குரலும் பூனாச்சியின் குரலும் இணைந்தபோது இருவரும் ஒருவரை ஒருவர் கண்டார்கள். தாவி வந்து எடுத்து மாரோடு சாத்திக்கொண்டாள் கிழவி. 'எஞ்சாமீ, எங்கயாயா போன நீ? இப்பிடியா தவிக்க உட்டுட்டுத் தடமாறிப் போவ நீ' என்று சொல்லியபடி பூனாச்சியின் தலையில் முத்தம் கொடுத்தாள். பூனாச்சி அண்ணாந்து கிழவியின் முகம் பார்த்துக் கத்தினாள். இருவரின் நெஞ்சிலும் பெருநெகிழ்ச்சி. அப்புறம்தான் தெரிந்தது. மற்ற வெள்ளாடுகளை எல்லாம் ஓட்டிக்கொண்டு கிழவன் முன்னால் கிளம்பிவிட்டான். கிழவி மட்டும் 'பூனாச்சி இல்லாத நான் வர மாட்டன். தேடிப் பாத்துக் கூட்டிக்கிட்டு வர்றன்' என்று சொல்லிவிட்டாள்.

பூனாச்சி பொய்கைக் கரையில் காட்டுப்பன்றிகளின் நீராடலை ரசித்துக்கொண்டிருந்த இரவில் கிழவி பொட்டுத் தூக்கமும் இல்லாமல் பூனாச்சியைக் கூவி அழைத்தபடியே இருந்திருக்கிறாள். காலை விடிந்ததும் கிழவனை அனுப்பிவிட்டு மலையைச் சுற்றிக் 'கூவே' என்று கூவியபடி நடந்திருக்கிறாள். அரைநாள் முழுக்கக் கிழவியின் குரல் மலங்காட்டில் ஒலித்தபடி இருந்திருக்கிறது. எப்படியோ ஒருவரை ஒருவர் கண்டுகொண்டிருக்கிறார்கள். எப்படியோ போய்த் தொலையட்டும் என்று கிழவி விட்டுவிட்டுப் போயிருந்தால் பூனாச்சி மலங்காட்டுக்குள் எத்தனை திரிந்திருப்பாளோ. ஏதாவது விலங்கடித்து இரையாகியும் இருக்கலாம். சந்தோசத்துடன் அலைந்தும் திரிந்திருக்கலாம். எப்படியோ கிழவி காப்பாற்றினாள்.

அந்த நாள் முழுக்கக் கிழவி எதுவும் சாப்பிடவில்லை. கட்டுச்சோற்றில் மீதம் இருந்ததைக் கிழவனிடம் கொடுத்தனுப்பிவிட்டாள். பூனாச்சி தொலைந்து போகாமல் இருந்திருந்தால் ஒருநாள் முன்னதாகக் கிழவியின் மகள் வீட்டை அடைந்திருக்கலாம். மலங்காட்டைத் தாண்டியிருந்த ஓர் ஊரில் போய் இரவு தங்கல் போட்டார்கள். கிழவியை அங்கே நிறையப் பேருக்குத் தெரிந்திருந்தது. திண்ணை ஒன்றில் படுத்த கிழவி அவ்வீட்டுக் கிழவியிடம் பூனாச்சி தொலைந்து போன கதையைப் பேசிக்கொண்டிருந்தாள்.

அப்போது வீட்டுக்கிழவி கேட்டாள், 'செரி, வெள்ளாக்குட்டிய மேவு கண்டெடுத்துல மேய உட்ருப்ப. நீ என்ன தின்ன?'

கிழவி சொன்னாள், 'இந்த உசுரக் காப்பாத்திக்கத் தெனமும் கொட்டோனுமா? ஒருநாளைக்கித் தண்ணியக் குடிச்சுக்கிட்டுக் கெடந்தா உசுரா போயிரும்?'

வீட்டுக்கிழவி ஒன்றும் சொல்லாமல் உள்ளே போய் வட்டிலில் சோற்றைப் போட்டுக் கொண்டுவந்தாள்.

'எங்கூட்டுக்கு வந்துட்டுப் பட்டினியாப் படுக்கறயே. இது உனக்கே நல்லா இருக்குதா? வாய் விட்டுக் கொஞ்சம் சோறு போடுங்கன்னு கேட்டா உங்கெவுருத்துக் கொறஞ்சு போயிருமா?' என்றாள் அவள். ஒன்றும் சொல்லாமல் கிழவி தின்றாள்.

'பேசற வாயும் திங்கற வாயும் ஒன்னுதான். ஆனாலும் எல்லாத்தயும் பேசீர முடியுமா? இல்ல, எல்லாத்தயும் தின்னர முடியுமா?' என்றாள் கிழவி.

அந்த மலங்காட்டில் ஒருகாலத்தில் காட்டு நாய்களும் நரிகளும் வேங்கைப் புலியும் மான் கூட்டமும் இருந்ததாகவும் இப்போது காட்டுப் பன்றிகள் மட்டும் இருப்பதாகவும் வீட்டுக்கிழவி சொன்னாள்.

'சனம் எல்லாத்தயும் அழிச்சு அழிச்சுக் கையில வழிச்சு வழிச்சு வாயில போட்டுக்குது. அப்பறம் சனத்தத் தவிர வேறெது இங்க வாழ முடியும்? கடசியாச் சனமுந்தான் வாழ முடியுமா?' என்று அக்கிழவி பெருமூச்சு விட்டாள்.

●

13

மறுநாள் நடுப்பகல் நேரத்தில் கிழவியின் மகள் வீட்டுக்குப் போய்ச் சேர்ந்தார்கள். களமாய் விரிந்த பெருவாசல். அதனடியில் ஐந்தாறு வேம்புகள் இருந்தன. அவற்றினடியே குடிசைக்குள் வெள்ளாட்டுக் கூட்டம் நின்றிருந்தது. பூனாச்சி ஓடோடிப் போய் அவர்களுடன் சேர்ந்துகொண்டாள். பூனாச்சியைக் கண்டதும் ஒவ்வொருவரும் கத்தி விசாரித்தார்கள். 'இந்தச் சீவன் செத்த குட்டிக்கா மலங்காடு முழுக்க அலஞ்ச நீ?' என்று கேலி செய்தாள் கிழவியின் மகள். அவளுக்கு பெரிசும் சிறிசுமாய் நான்கைந்து குழந்தைகள் இருந்தன. ஒவ்வொன்றும் வெள்ளாடுகளிடம் வந்து சேட்டைகள் செய்துகொண்டேயிருந்தன.

அவர்கள் பட்டியில் இருந்தவை எல்லாம் செம்மறிகள். ஒரே ஒரு வெள்ளாடுதான். அதற்கு மூன்று குட்டிகள் இருந்தன. அவை உழுத்தன், ஊத்தனை விடவும் கொஞ்சம் பெரிதாகவும் கடுவாயன் பீத்தனைவிடக் கொஞ்சம் சிறிதாகவும் இருந்தன. அவற்றில் ஒன்றே ஒன்று மட்டும் கிடா. மற்ற இரண்டும் மூடுகள். பூனாச்சிக்கு விளையாட ஆட்கள் கூடியது சந்தோசமாக இருந்தது. பூனாச்சி தொலைந்து போனதும் அதைக் கிழவி கண்டுபிடித்ததும் கதையாகப் பேசப்பட்டன. பூனாச்சி இன்னும் வளர்ந்து குட்டி போட்டால் அதில் ஒரு கிடாயை அவ்வூர் மேசாசுரனுக்குப் பலியிடுவதாக வேண்டிக்கொண்டிருந்தாள் கிழவி. மலங்காட்டைச் சுற்றி வரும்போதெல்லாம் அவள் மனதில் இதுதான் வேண்டுதலாக இருந்தது.

கிழவியின் மகள் வீடும் ஓலைக்கொட்டகைதான். இரண்டு மூன்று சிறுசிறு கொட்டகைகள் இருந்தன. அங்கேயும் ஒரு கிழவனும் கிழவியும் இருந்தார்கள். அங்கிருந்த ஒருவாரம் பூனாச்சி மிகவும் சந்தோசமாக இருந்தாள். அந்த வீட்டு வெள்ளாட்டுக் கிடா பூவனைப் பூனாச்சிக்கு மிகவும் பிடித்திருந்தது. அவன் உடல் முழுவெள்ளை. தாடையில் மட்டும் ஒருபக்கம் மச்சம் போலக் கருநிறம். அவன் முகமே உருண்டை. வாய்ப் பகுதி நன்றாகப் புடைத்துப் பெருத்திருந்தது. உடலோ நெடிக்கம். அவனுக்குக் கொம்புகளும் ஜோராக முளைத்திருந்தன. முதலில் அவன் தன்னோடு விளையாட வருவானோ மாட்டானோ என்று நினைத்தாள் பூனாச்சி. தான் மெலிந்தும் வயிறு முட்டியும் இருப்பதோடு முழுக்கறுப்பாக இருப்பதால் அவன் அண்டுவானோ மாட்டானோ என்றிருந்தது. ஆனால் அவன் அவற்றை எல்லாம் பொருட்படுத்தவில்லை. பூனாச்சியுடன் மிகவும் இணக்கமாக இருந்தான். பொருமி அவன்மேல் ஊர்ந்தும் தேய்ந்தும் அவனைக் கவர ஏதேதோ செய்து பார்த்தாள். பூவனுக்கு ஏனோ பொருமியைப் பிடிக்கவில்லை. பூனாச்சியுடனே திரிந்தான். அது அவளுக்குப் பெருமையாக இருந்தது. தன் கூட்டத்தில் தனக்கொரு அந்தஸ்து கிடைத்துவிட்டதாக உணர்ந்தாள். அப்படியே நடந்துகொண்டாள்.

பூவன் அவளுடன் பலவிதமாக விளையாடினாள். ஓடிப் பிடிக்கும் விளையாட்டில் அவனுக்கு ஆர்வம் அதிகம். பூனாச்சியை ஓடச் சொல்வான். அவன் துரத்தி வருவ்ான். அவள் அருகில் வந்தாலும் அவளைத் தொட மாட்டான். காற்றில் எகிறிப் பூனாச்சியைத் தாண்டிப் போய் நிற்பான். அவன் எகிறும்போது கால்கள் மடிந்து பறப்பதைப் போலிருக்கும். தனக்கு மேல் அவன் செல்வதை அதிசயமாகப் பார்ப்பாள். அத்தனை சீக்கிரத்தில் அவளைத் தொடாமல் அலைக்கழிப்பான். வழக்கமாக ஊத்தனுடனும் உழும்பனுடனும் விளையாடும்போது சட்டென அவர்கள் வந்து தொட்டுவிடுவார்கள். அடிக்கடி பூனாச்சி பூண்டியாவாள். விளையாடவே பிடிக்காது. பூவனோ அவளைத் தொட்டுப் பூண்டியாக்கும் வாய்ப்புகளை எல்லாம் தவிர்த்துப் புதுவித விளையாட்டைக் காட்டினான். அவன் தொட்டுவிட்டால் பரவாயில்லை என்று நினைக்கும் அளவுக்கு வாய்ப்புகளைக் கொடுப்பான். அதே போலப் பூனாச்சி அவனைத் தொட வரும்போதும் சட்டென விலகி மேலெம்புவான். பூனாச்சி ஏமாந்து நிற்பாள். ஆனாலும் அதிகம் அலையவிடாமல் ஏதாவது ஒரு சமயத்தில் சிக்கிக்கொள்வான்.

அந்த ஒருவாரத்தில் ஒரே ஒருமுறை பனங்கருக்கு மறைப்பில் அவள் வாயில் தன் வாயைப் பதித்து ஆழ முத்தம் கொடுத்தான்.

அது பூனாச்சிக்கு அத்தனை தித்திப்பாயிருந்தது. இன்னொரு முறை அப்படிக் கொடுப்பான் என்று பலசமயம் எதிர்பார்த்தாள். வாய்ப்புகள் கிடைத்தும் அவன் கொடுக்கவில்லை. அதுதான் அவன்மேல் மனத்தாங்கலாக இருந்தது. தானாக வாயை நிமிர்த்திக்கொண்டு அவன் முன்னால் போய் நிற்க முடியுமா? பொழுதிறங்கி வெளியெங்கும் செம்படலம் விரியும் நேரத்தில் அவன் விளையாட்டின் போக்கே வேறு மாதிரியிருக்கும். மெல்ல வந்து அவள் உடலோடு உரசுவான். இன்னும் கொஞ்சம் உரசட்டும் என்று இழையும்போது நகர்ந்துவிடுவான். அந்த உரசல் அவளுக்கு அத்தனை இன்பமாக இருக்கும். பூனாச்சியின் கழுத்தில் இன்னும் கயிறேறவில்லை. அதனால் இரவில் விரும்பும் இடத்தில் படுத்துக்கொள்ளலாம். அவள் பூவன் அருகில் போய்ப் படுத்துக்கொள்வாள்.

அவனுக்கு கயிறுண்டு. அவன் உடலோடு ஒட்டிப் படுத்திருப்பதில் அப்படி ஒரு சுகம். அவன் வயிற்றின் மேல் சாய்ந்து ஆசுவாசமாகப் படுத்திருப்பாள். அவன் சிலசமயம் அவள் கழுத்தில் தன் கழுத்தை வைத்து வளைத்துப் படுப்பான். அவன் தாடித் தொங்கல் இரண்டும் அவளைக் கிச்சுக்கிச்சு மூட்டும். அவன் கொம்பு உடலில் லேசாகப் பதிந்தாலே சிலிர்க்கும். பூவனோடு அவள் இழைவதைக் கண்டு வெள்ளாட்டுக் கூட்டத்திற்கே கடுப்பாக இருந்தது. அவளுக்கும் சரி, அவனுக்கும் சரி மற்றவர்களைக் கண்டுகொள்ளும் உணர்வேயில்லை. அவன் அவளுக்கு நல்ல நல்ல தீனிகளைக் காட்டிக்கொடுத்தான். குட்டிக்கொடிக் கொழுந்துகளின் ருசி, வேளச் செடியின் கசப்புப் பூக்கள், புண்ணாக்குப் பூட்டின் மை கரைச்சல் எல்லாம் அவனால்தான் அவளுக்குத் தெரிந்தன. கிழுவந்தழை அவளுக்குப் பிடிக்கும் என்பதறிந்து அது இருக்கும் இடத்திற்கு அடிக்கடி கூட்டிப் போனான். ஒவ்வொன்றையும் அனுபவித்து அவன் தின்பதும் பின் வந்து நிதானமாக அசை போடுவதும் பார்க்கப் பார்க்க நன்றாயிருக்கும்.

பூவனின் உடலருகே படுத்து அவன்மேல் தலையைத் தூக்கி வைத்திருந்த அந்த இனிய இரவில் இரண்டு கிழவிகளும் பேசிக்கொண்டிருந்தனர்.

வீட்டுக்கிழவி சொன்னாள், 'இன்னம் ஒருவாரத்திக்கி இருந்துட்டுப் போறது? அங்க என்ன பிள்ளகுட்டி அழுவுதா? நீ இருந்தா எனக்கும் பேச்சுத் தொணைக்கு ஒராளு ஆச்சு. நீ போயிட்டயின்னா வெறுச்சோன்னு போயிரும்.'

அதற்கு 'என்னாயா பண்றது? அங்கயும் பாக்கோணுமில்ல. இந்நேரம் புழுதி அடஞ்சு ஊடே காடாக் கெடக்கும். அதப்

போயிச் செரி பண்ணவே எனக்கு நாலு நாளாவும். ஆளு இல்லீனா எடம் எடமாவா இருக்கும்? கையவலம் காடும் இருக்குதே. அதுல எதுனா பாவன பாத்தாத்தான சோத்துக்காவும். மழமாரிதான் கொறஞ்சுக்கிட்டே போவுதே. இருந்து பாத்தாத்தான் எதுனாக் கொஞ்சமாச்சும் சோத்துக்குப் பாக்கலாம். எதோ கையும் காலும் தெடமா இருக்கற வரைக்கும் பாப்பம். அப்பறம் இங்கதான் வந்து உழுவோணும். வேறெங்க போறது?' என்று கிழவி சொன்னாள்.

மறுநாள் காலையில் அங்கிருந்து கிளம்பும் திட்டமே அப்போதுதான் பூனாச்சிக்குத் தெரிந்தது. பூவனின் உடல்மேல் இருந்த முகத்தை எடுக்காமலே கண்ணீர் விட்டாள். ஈரம் பட்டுப் பூவன் சிலிர்த்தான். தன் தலையைத் திருப்பி அவள் முகத்தை ஆதரவாக நக்கினான்.

அப்போது வாசலுக்கு வந்த கிழவியின் மகள் 'ஏம்மா, இந்தப் பூனாச்சிய இங்கயே உட்டுட்டுப் போ. நாங்க வளத்துக்கறம். அதும் வவுத்துக்கு இத்தினியூண்டு தீனி இங்க இல்லாத போயிருச்சா?' என்றாள்.

அதைக் கேட்டதும் பூனாச்சிக்குப் பெருத்த சந்தோசமாக இருந்தது. ஊருக்குப் போவதைப் பற்றிய யோசனையே பூனாச்சிக்கு வந்திருக்கவில்லை. இனிமேல் இங்கேதான் நிரந்தரமாக இருக்கப் போவது போல ஒட்டியிருந்தாள். இப்படி ஒரு பிரச்சினை வரும் என்று நினைக்கவில்லை. கிழவி தன்னை இங்கேயே விட்டுப் போனால் நல்லது என்று நினைத்தாள். ஆனால் கிழவி ஒப்புக்கொள்ளவில்லை.

'பூனாச்சிதான் எனக்கு இன்னொரு பிள்ளயாட்டம் கைக்குள்ளயும் காலுக்குள்ளயும் உழுந்து கெடக்கறா. அவ இல்லாட்டி எனக்கு எதும் ஓடாதாயா. மலங்காட்டுக்குள்ள தொலஞ்சு போனவள இங்க உட்டுட்டுப் போவவா தேடித் தேடிப் புடிச்சாந்தன்?' என்று சொல்லிவிட்டாள். மகள் முகம் கூம்புவதைக் கண்டு கிழவிக்கு மனம் பொறுக்கவில்லை. 'இதா இந்தப் பொருமிக்குட்டிய வெச்சுக்க. ரண்டு தாயாடு இருக்குது எனக்கு. அதப் பாத்தாப் போதாதா? இந்தப் பூனாச்சி கைப்பாடா இருந்துட்டா. அவ இல்லீனா எனக்குக் கையும் ஓடாது. காலும் ஓடாது. என்னமோ அப்பிடி ஆயிருச்சு' என்று விளக்கினாள் கிழவி.

அந்தக் கணத்தில் பூனாச்சிக்குக் கிழவியைப் பிடிக்காமல் போய்விட்டது. தேடி வரச் சொல்லி இவளை யார் கூப்பிட்டார்கள்? அங்கேயே விட்டு வந்திருக்கலாமே. காட்டுக்கொடிகளைக் கடித்துக்கொண்டும் காட்டுப் பன்றிகளோடு திரிந்துகொண்டும்

சந்தோசமாக இருந்திருப்பேனே. அதையும் கெடுத்தாள். இப்போது பூவனோடு இங்கே இருக்கலாம் எனால் அதையும் கெடுக்கிறாளே பாவி. கைக்குள் விழுந்து கிடக்க வேண்டுமாம். இனிமேல் அவள் கைப்பாட்டுக்கே சிக்கக் கூடாது.

என்னென்னவோ யோசித்தாள். அப்படியே கிடந்தாள். விடிகாலையில் பூவன் எழுந்து தூர நின்று புழுக்கை போட்டான். மண்டான். அப்புறம் அவளருக்கே வந்து முகத்துக்கெதிரே முகம் வைத்துப் படுத்தான். சட்டென வாய் பதித்து முத்தம் கொடுத்தான். அவன் வாய் தன் வாயுடனே ஒட்டியிருப்பதாக நினைத்து அப்படியே இருந்தாள் பூனாச்சி. கிழவி வந்து தட்டி எழுப்பும்போதுதான் உணர்வு வந்தது. ‘வந்த எடத்துல எத்தன நாளு இருப்ப? ஊருக்குப் போவலான்னு கொஞ்சமாச்சும் எண்ணமிருக்குதா? இன்னம் தூக்கத்தப் பாரு’ என்று முதுகில் செல்லமாக அறைந்தாள். பூவன் வேறுபக்கம் முகம் திருப்பி நின்றான். மனமே இல்லாமல் தன் கூட்டத்தோடு வந்து சேர்ந்து அடி எடுத்து வைத்தபோது திரும்பினாள். பூவன் கண்களில் நீர் மிதக்க அவளையே பார்த்துக்கொண்டிருந்தான். அவளுக்கும் கண் முழுக்க நீர். கிழவன் பின்னிருந்து விளாறால் ஓங்கி ஒன்று வைத்தான். மெல்ல நகர்ந்தாள்.

உடனே பூவன் திடுமெனக் கத்திக்கொண்டு கயிற்றை இழுத்தான். பட்டென்று கயிறு அறுபடுவதும் தன்னை நோக்கி அவன் ஓடி வருவதையும் திரும்பாமலே உணர்ந்தாள் பூனாச்சி. வேகமாக வந்து பூனாச்சியோடு சேர்ந்துகொண்டான் அவன். இருவரும் ஒரு நிமிசம் அப்படியே நின்றார்கள்.

பின்னாலேயே ஓடிவந்த கிழவியின் மகள் ‘ஓகோ. அந்த அளவுக்கு ஆயிருச்சா? கவுத்த அறுத்துக்கிட்டு ஓடறயா? இரு இரு. உம்மேல கை வெக்கக் கூடாதுன்னு பாக்கறன். நாளைக்கு அண்ணாங்காலுக் குறுவப் போட்டுடறன்’ என்று திட்டியபடி அவன் கழுத்தில் மீதமிருந்த கயிற்றை இழுத்துப் பிடித்தாள். அவன் நின்றதும் பூனாச்சியும் அவனோடு நின்றாள்.

‘அட இந்தப் புழுவுக்குத் திமிரப் பாரேன்’ என்று சொன்ன கிழவன் ‘ஒரு கவுறு கொண்டாயா’ என்று பேத்தி ஒருத்தியைப் பார்த்துச் சொன்னான். அன்றைக்குத்தான் பூனாச்சி கழுத்தில் முதன்முதலாகக் கயிறு ஏறியது. அதன்பின் அது ஒருபோதும் இறங்கவேயில்லை.

பூவனின் கத்தல் வெகுதூரம்வரை கேட்டுக்கொண்டேயிருந்தது. அவளும் பெருங்குரலெடுத்துப் பதில் கொடுத்தாள். பொருமியை விட்டு வந்ததமைக்காகக் கள்ளியாடும் கடுவாயனும் பீத்தனும்

கத்திய கத்தல் பெரிதாகக் கேட்கவில்லை. பொருமி இங்கே சந்தோசமாக இருக்கட்டும் என்று நினைத்திருக்கலாம். பொருமிக்குப் பூவன்மேல் கண்ணுண்டு. அவள் பக்கம் பூவன் சாய்ந்துவிடக் கூடுமோ? அப்படி யோசனை வந்ததும் பூனாச்சி மேலும் குரலெடுத்துக் கத்தினாள். பொருமி குடிசைக்குள் பொறுமையாக நின்றாள். பூனாச்சியைப் பார்த்து அவள் சிரிப்பதாகக்கூடப் பட்டது. எல்லார் மேலும் வெறியும் வெறுப்புமாக வந்தது பூனாச்சிக்கு.

'இந்தப் பூந்தொண்டையில இதுநாள் வரைக்கும் இப்பிடி ஒரு சத்தத்த நாங் கேக்கலயாயா. மலங்காட்டுக்குள்ள தொலஞ்சப்பக்கூட இப்பிடிக் கத்தக் காணாமே' என்று கிழவி ஆச்சர்யப்பட்டாள்.

வழியெல்லாம் பூவனை நினைத்து நினைத்துப் பூனாச்சி கத்தினாள். அது கொஞ்சம் கொஞ்சமாகக் குறைந்து பின் அவள் முகத்தில் சோகம் வந்து நிரந்தரமாக அப்பிக்கொண்டது. வழியில் எப்பேர்ப்பட்ட தீனியையும் அவள் கடிக்கவேயில்லை. காணும் இடமெல்லாம் புண்ணாக்குப் பூடுகள் அடர்ந்திருந்தன. அவற்றில் பூவன் தெரிந்தான். அவன் கத்தல் காதில் விழுந்தது. முகத்தோடு உரசி அவன் முத்தம் பதிக்கும் இன்பம் மனதில் நின்றது. அன்றைக்கெல்லாம் அவள் தண்ணீர் குடிக்கவேயில்லை. கிழவிக்கு எரிச்சலாகவும் பாவமாகவும் இருந்தது.

'இது கெட்ட கேடுக்குக் கொழுப்பப் பாரேன். ஒடம்புல ஒட்டுச் சதயில்ல. அதுக்குள்ள ஆம்பளத் தொண கேக்குது' என்று திட்டிக்கொண்டே வந்தாள். 'செத்துத் தொலஞ்சிராத' என்று சொல்லி ஓரிடத்தில் தண்ணீருக்குள் பூனாச்சியின் முகத்தை வைத்து அழுத்தினாள். வேண்டா வெறுப்பாகக் கொஞ்சம் குடித்தாள். தண்ணீர் சப்பென்றிருந்தது. அன்றைக்குக் கடுவாயன் அவள் அருகிலேயே இருந்தான். எதேச்சையாக அவனைப் பார்த்தபோது அவளுக்கு அழுகை வந்துவிட்டது. அவன் எதுவும் பேசாமல் 'எல்லாம் அப்படித்தான்' என்பது போல அவள் முகத்தைத் தொட்டான். கடுவாயன் வேறொரு வெள்ளாட்டுக் கூட்டத்தோடு அழகுமூக்கியுடன் போன அந்த நாள் நினைவுக்கு வந்தது. பூனாச்சிக்கு அழுகை மேலும் கூடியது.

●

14

பூனாச்சியின் துயரத்தைக் கரைக்கும் வகையில் அடுத்த நாள் ஒரு சம்பவம் நடந்தது. பூவன் வீட்டிலிருந்து கிளம்பி மூன்றாவது நாள். வழியில் ஊர் ஒன்றின் புறப்பகுதி வயல்காட்டு மேட்டில் தங்கினார்கள். வெயில் நேரம். மேய்ந்து களைத்தும் நடந்து சோர்ந்தும் வெள்ளாடுகள் படுத்திருந்தன. அங்கே ஓடிய வாய்க்காலில் கை கழுவிக்கொண்டு கிழவனும் கிழவியும் கட்டுச்சோற்றைப் பிரித்தார்கள். பூனாச்சி உர்ரென்று முகத்தை வைத்துக்கொண்டு தலையைக் காலுக்குள் மாட்டிப் படுத்திருந்தாள். இந்நேரம் பூவன் என்ன செய்துகொண்டிருப்பான் என்று நினைவோடியது. தன்னை நினைத்திருப்பானா, மறந்திருப்பானா என்றும் எண்ணினாள். கிழவனும் கிழவியும் ஏதோ சொல்லிச் சிரித்தார்கள். தன்னைத்தான் ஏதோ கேலி செய்து சிரிக்கிறார்கள் என்று பூனாச்சிக்குத் தோன்றியது. அவர்களை எரிச்சலோடு பார்த்தாள்.

அப்போது அவர்களுக்குப் பின்பக்கமாகப் படுத்திருந்த உழும்பனும் ஊத்தனும் மெல்ல எழுந்தார்கள். அவர்களுக்கு இந்த வயக்காட்டுப் பச்சையில் பெரும் ஈர்ப்பு வந்திருந்தது. அங்கே நுழைந்த போதிருந்து எதிலாவது வாய் வைத்துக்கொண்டே இருந்தார்கள். கிழவனும் கிழவியும் அதட்டி அவர்களைக் கட்டுப்படுத்தி வந்தார்கள். இப்போது அவர்களை ஏமாற்றிவிட்டு ஏதோ திட்டத்தோடு இருவரும் போவது தெரிந்தது. ஒன்றுமில்லை. கொஞ்ச தூரத்தில் கடலைச்செடிகள் தமதமத்துப் பூத்திருந்தன. வெகுதூரம் வரைக்கும் அச்செடிகள்தான். அதைப் பார்க்கும் யாருக்கும்

ஆசை வரும். பூவன் ஊரில் கடலைச்செடிகள் உண்டு. காய்ந்த கடலைக்கொடிகளைப் போர் போட்டு வைத்திருந்தார்கள். மேய்ச்சலுக்கு ஓட்டிப் போக முடியாத நாளில் போரில் தின்ன விடுவார்கள். கடலைக்கொடியின் இலைகளும் தண்டும் அருஞ் சுவையாக இருந்தன. தங்கள் ஊரில் இப்படி ஒரு தீனியைக் கண்டதேயில்லை என்பதால் மிகவும் விரும்பித் தின்றார்கள். ஆனால் அங்கும் பச்சைக்கொடிகளைத் தின்ன வாய்க்கவில்லை.

பூனாச்சி பார்த்துக்கொண்டேயிருந்தாள். கொஞ்சம் அரவம் கேட்டாலும் கிழவனும் கிழவியும் பார்த்துவிடுவார்கள். அதனால் பூனாச்சி அவர்கள் கவனத்தைத் தன் பக்கம் திருப்ப என்ன செய்யலாம் என யோசித்துக்கொண்டிருந்தாள். அப்போது உழும்பனும் ஊத்தனும் கொடியில் வாய் வைத்துக் கடிக்க ஆரம்பித்திருந்தார்கள். கரும்பச்சைக் கொடிகள் அவர்கள் வாயில் ஏறிக் கடைவாயில் வழிந்து பின் உள்ளே போகும் அழகைப் பூனாச்சி கண்டாள். திருட்டுத் தீனி என்பதால் வெகுவேகமாகத் தின்றார்கள். அப்போது தூரத்தில் ஒருவன் ஓடி வருவது தெரிந்தது. 'தூய் தூய்' என்று கத்திக்கொண்டே கை வீசிக் கல்லொன்றை எறிந்தான்.

சத்தம் கேட்டுக் கிழவனும் கிழவியும் திரும்பினார்கள். அதே நேரம் தலை நிமிர்ந்த உழும்பனின் நெற்றிப்பொட்டில் கல் பட்டுத் தெறித்தது. வீல்லென்று ஒரே சத்தம். உழும்பன் உடல் மேலெழும்பித் திருகிக் காட்டுக்குள் விழுந்தது. 'அய்யோ' என்று கத்தியபடி எச்சில் கையோடு ஓடிய கிழவி உழும்பனைத் தூக்கினாள். பூனாச்சி பயத்தோடு எழுந்து நின்று கத்தினாள். கூட்டம் முழுக்கவே எழுந்துகொண்டது. அந்த ஆளும் பக்கத்தில் வந்துவிட்டான். ஆனால் யாராலும் ஒன்றும் செய்ய முடியவில்லை. ஒரே அடியில் உழும்பனின் உயிர் போய்விட்டது. கிழவி மாரில் அடித்துக்கொண்டு அழுதாள்.

வயக்காட்டுக்காரனும் இதை எதிர்பார்க்கவில்லை. கொடிகளைத் தின்னும் குட்டிகளை விரட்டும் நோக்கத்தில்தான் அவன் கல்லெறிந்தான். உழும்பன் தலையைத் தூக்காமல் இருந்திருந்தால் பட்டிருக்க வாய்ப்பில்லை. அவன் தலை தூக்கியதும் கல் வருவதும் ஒரே நேரத்தில் நடந்துவிட்டன. அநியாயமாக உழும்பன் செத்துப் போனான். அந்தக் கல் வந்து தன் நெற்றிப்பொட்டில் விழுந்து தான் செத்திருந்தால் ஆகாதா என்று நினைத்து அழுதாள் பூனாச்சி. பூவனைப் பிரிந்து வாழ்வதைவிடச் சாவது மேல் என்று இரண்டு நாட்களாக நினைத்திருந்தாள். இப்படி நடக்கும் என்று யாரும் எதிர்பார்க்கவில்லை.

வயக்காட்டுக்காரனிடம் கிழவன் கோபமாகக் கத்தினான். 'கடலக்கொடியக் கடிக்கறதப் பாத்துக்கிட்டு இருப்பியாப்பா? வெள்ளாமக்காரனுக்குத்தான் அரும தெரியும். வெள்ளாட்டுக் காரனுக்குத் தெரீமா?' என்றான் அவன் அமைதியாக.

'எப்பேர்ப்பட்ட கெடா. எங்க ஒரு வெருசம் மேய்ப்பு. இதுதான்யா எங்களுக்கு ஜீவனம். என்னய்யா பண்ணுவம்?' என்று கிழவன் கொதித்தான்.

அதற்குள் காடுகளுக்குள் இருந்து ஐந்தாறு பேர் வந்து சேர்ந்துவிட்டார்கள். ஆளாளுக்குப் பேசினார்கள். இவர்கள் வழிப்போக்கர்கள். அவர்கள் உள்ளூர்க்காரர்கள். இவர்கள் இரண்டு கிழடுகள். அவர்கள் பல பேர். அதுவல்லாமல் இதில் யார்மீது தப்புச் சொல்வது? வழிப்போக்கராக வந்தது தப்பா? நிழலில் உட்கார்ந்தது தப்பா? குட்டிகள் மேயப் போனது தப்பா? காட்டுக்காரன் கல்லெறிந்தது தப்பா? உழும்பன் தலையைத் தூக்கியது தப்பா? எல்லாமே எதேச்சைதான். தப்பென்று சொன்னால் எல்லாமே தப்புத்தான். எதை யார் தடுத்திருக்க முடியும்?

ஆனால் அந்த ஊர்க்காரர்கள் கிழவனுக்கு நியாயமே செய்தார்கள். செத்ததை இனிமேல் உயிர்ப்பிக்க முடியாது. இப்போது என்ன செய்யலாம்? குட்டியைக் கறி போடலாம். எத்தனை கூறு வருகிறதோ அவற்றை அவ்வூர்க்காரர்களிடம் விற்றுத்தர வேண்டிய பொறுப்பு வயக்காட்டுக்காரனுக்கு. குட்டியின் தோலை விலை பேசிக்கொள்ளலாம். செத்த குட்டியைத் துட்டாக்கிக் கிழவன் கையில் கொடுக்க முடியும். வேறென்ன செய்ய முடியும்? இதற்கு ஒத்துவரவில்லை என்றால் குட்டியைத் தூக்கிக்கொண்டு கிழவன் கிளம்பலாம். காட்டில் குட்டியை மேயவிட்டால் காட்டுக்காரன் துரத்தத்தான் செய்வான். கிழவன் ஒத்துக்கொண்டாள்.

கிழவி தலைமேல் கை வைத்துக்கொண்டு புலம்பினாள். 'மேசய்யா, உன்ன நம்பித்தான நோம்பிக்கு வந்தம். இப்பிடி எழப்ப உண்டாக்குனா இந்த ஏழைங்க எப்பிடிப் பொழைப்பம்?' என்று இறைஞ்சினாள். இதை ராசாங்கத்திடம் வழக்காகக் கொண்டுபோக வேண்டாம் என்று இருதரப்புமே முடிவு செய்தார்கள். ஊருக்குப் போனதும் ராசாங்கக் காரியாலயத்தில் குட்டியின் எண்ணைச் சொல்லி 'ஊருக்குப் போனபோது குட்டி நோய் கண்டு இறந்துவிட்டது' எனப் பதிவு செய்துவிட்டால் போதும். அது கிழவன் வேலை.

உழும்பனின் உடலை நிழலுக்குக் கொண்டு வந்தார்கள். மண்டையில் கல் பட்ட இடத்தில் பெரும் புடைப்பு தெரிந்தது. மற்றபடி சிறுகாயம்கூட இல்லை. உழும்பனின் கண்கள் நிலைகுத்தி நின்றன. இமைகள் திறந்தே இருந்தன. ஒருவாய் கடலைக்கொடிக்கு ஆசைப்பட்டது பாவமா? இதற்கா உயிரை விட வேண்டும்? வெள்ளாடுகள் எல்லாம் ஒருபக்கம் ஒதுங்கி நின்றன. ஊத்தனுக்கு இன்னும் கால் நடுக்கம் இருந்தது. ஓருயிர் தன் அருகிலேயே போவதைக் கண்டவன் அவன். தன்னோடு எந்நேரமும் திரிந்துகொண்டிருந்த உழும்பனை அவன் எப்படி மறப்பான்? அதிர்ச்சியில் அவன் தன் தாயை அண்டி நின்றான். அப்புறம் உழும்பனின் உடல் அறுபடுவதை, வெட்டுப்படுவதை, கூறுபடுவதை எல்லாம் பார்த்தபடி அந்த வெள்ளாட்டு இனம் அங்கே நின்றது. அங்கே நிற்கும் எல்லாரையும் இப்படி அறுத்துக் கூறு போட்டாலும் இவர்களால் என்ன செய்ய முடியும்? வெட்டி வைத்த தலையில் உழும்பனின் கண்கள் இவர்களையே வெகுநேரம் பார்த்துக்கொண்டிருந்தன. பார்க்கவும் முடியாமல் விலகவும் இயலாமல் அந்தக் கண்கள் பூனாச்சியைப் பெரும் தொந்தரவு செய்தன. தங்களோடு உயிராக ஓடி வந்தவன் வெறும் சதைத் துணுக்குகளாகப் பிரிபடும் காட்சியைக் காணக் காணப் பூனாச்சிக்கு எல்லாமே வெறுத்துப் போயிற்று. இனிமேல் எதற்கு இந்த வாழ்வு என்று தீவிரமாக யோசித்தாள்.

உழும்பனின் கறியில் ஒரு கூறைக் கிழவனுக்குக் கொடுத்தார்கள். கிழவி அதை வாங்கவே கூடாது என்று மறுத்துவிட்டாள். கூறுகளுக்குத் துட்டுச் சேர்த்துக் கொடுத்தார்கள். அன்றைக்கு இரவு அவ்வூரின் கோயில் திண்ணையில் தங்கினார்கள். ஊரில் பலரும் வந்து கிழவன் கிழவியிடம் விசாரித்தார்கள். கிழவன் சீக்கிரம் படுத்துக்கொண்டான். கிழவி தங்கள் கதையைக் கேட்ட ஒவ்வொருவருக்கும் சலிப்பில்லாமல் மூக்கைச் சிந்தியபடி விவரித்தாள். ‘இந்த உசுரு இப்பிடியா வரம் வாங்கி வரோணும்’ என்று அடிக்கடி சொன்னாள். பேச்சில் பூனாச்சி மலங்காட்டில் காணாமல் போன கதையும் சேர்ந்துகொண்டது. ஊர்க்கிழவிகள் பலபேர் வந்து பார்த்துப் பேசிக் கிழவிக்கு ஆறுதல் சொன்னார்கள்.

கறிக்கூறு எடுத்து ஆக்கியவர்கள் ‘ஒருவா சோறு கொண்டாரன். தின்னாயா’ என்றார்கள். கிழவி ‘என் கைப்பிள்ளையாட்டம் வளத்துனன். பிள்ளக்கறியத் திங்கற பேய் மனசுக்காரியா நான்?’ என்று சொல்லி மறுத்துவிட்டாள். சிலர் அப்போதும் விடவில்லை.

'இதிலென்னாயா இருக்குது? சாமிக்கு வேண்டி வெட்டித் திங்கறமே. அப்பிடி நெனச்சுக்க' என்றார்கள். 'சாமி உசுர உறிஞ்சிக்கிட்டுச் சக்கய நமக்குத் தருவாரு. இதுல ஒவ்வொரு சதையிலயும் உசுரோடிக்கிட்டு இருக்குமே. எப்பிடியாயா திங்க நாக்கும் மனசும் வரும்?' என்று கேட்டாள் கிழவி. அது சரிதான் என்று ஆமோதித்தார்கள்.

'பறி கொடுத்த ஆளுத்தான் பாவம். கறி கெடச்ச ஆளுக்கென்ன லாபம்' என்றாள் ஒரு கிழவி.

●

15

ஊர் யாத்திரை முடிந்து வந்த பதினைந்தாவது நாள் இரவு பூனாச்சி பருவமானாள். பதினைந்து நாட்களும் அவள் நினைவில் பூவன்தான் இருந்தான். இடையிடையே உழும்பனின் விறைத்த கண்களும் தோன்றும். 'போனவங்களோட கஷ்டமும் போயிருது. இருக்கறவங்களோட கஷ்டமும் இருக்குது' என்று அவ்வவ்போது கிழவி சொல்வாள். அதுதான் பூனாச்சிக்கும் தோன்றிக்கொண்டே இருந்தது. யாத்திரை போகாமலே இருந்திருந்தால் இந்தக் கஷ்டமில்லை. ஆனால் போனதால்தானே மலங்காட்டைக் காண முடிந்தது, பூவனோடு சில நாட்களாவது சந்தோசமாக இருக்க முடிந்தது என்றும் நினைப்பாள். பொய்கையில் காட்டுப் பன்றிகள் நீந்திக் களிக்கும் நிலவொளிக் காட்சி மனதில் அப்படியே படிந்திருந்தது. கண்களை மூடிக்கொண்டால் காட்சி ஓடும். என்ன ஓர் அற்புதம் என்று நினைத்துக்கொள்வாள்.

அதே போலப் பூவன் பதித்த இரண்டு முத்தங்களும் அவள் வாயில் நிலைத்திருந்தன. அந்தக் கணத்தை நினைத்திருப்பாள். பூவனோடு விளையாடியதை எண்ணுவாள். அவன் வானத்தில் பறந்து தாண்டுவதைப் பார்ப்பாள். சந்தோசமாக நினைத்திருக்க எத்தனையோ கணங்கள் இருக்கின்றன. ஆனால் மனம் ஏன் துயர நொடிகளையே பூதாகரமாக்கிப் புலம்பித் தவிக்கிறது? பூனாச்சிக்கு இப்படி எண்ணம் வரும். அவள் மனம் முழுக்கச் சந்தோசக் கணங்கள் நிறையும். மேய்ச்சல் காட்டில் எல்லாரும் ஆச்சர்யப்படும்படி துள்ளித் திரிந்தாள்.

ஊத்தன் ஒருமுறை 'உழும்பன் செத்த கவல உனக்குக் கொஞ்சமாச்சும் இருக்குதா' என்று கோபமாகக் கேட்டான். 'கவலப்பட்டா உழும்பன் எந்திரிச்சு வந்திருவானா? அவன் நெனப்பு இருக்க வேண்டீதுதான். எப்பவும் அவனையே நெனச்சுக்கிட்டு இருந்தா நாம எப்ப வாழ்றது?' என்று திருப்பிக் கேட்டாள் பூனாச்சி.

பெரிய பேச்சுக்களை எல்லாம் தான் பேசுவதாக அவளுக்கே பெருமையாக இருந்தது. இப்போது ஊத்தன் அவளோடு வந்து திரிந்தான். அவனுக்கு அத்தனை நாசுக்கு கிடையாது. விளையாடிக் கொண்டேயிருக்கும்போது சட்டென வாயைக் கொண்டு அவள்மேல் வைத்துத் தேய்ப்பான். அவளுக்குச் சுத்தமாகப் பிடிக்காது. அப்போதெல்லாம் பூவனையே நினைத்துக்கொள்வாள். ஊத்தனுக்குப் பூனாச்சியின் மேல் ஒரு கண் இருந்தது. ஆனால் அவனை விளையாட்டுத் தோழனாகவே அவள் நினைத்தாள்.

இந்நிலையில் அந்த இரவில் தன் உடலில் பெரும் மாற்றத்தை உணர்ந்தாள். பின்வயிற்றில் பெரும் வலி தோன்றியது. பிறகு ஏதோ வயிற்றிலிருந்து நழுவி அரத்தில் ஒழுக ஆரம்பித்தது. அவள் மனம் முழுக்க அப்போது பூவன் நிறைந்திருந்தான். அவனை நினைத்துத் தன்னையும் அறியாமல் கத்தத் தொடங்கினாள். இன்ப வேதனையின் முனகல் போல அவள் குரல் இருந்தது. ஆனால் கிழவிக்கு அது புரியவில்லை. எத்தனையோ வெள்ளாடுகளின் இணையழைப்புக் குரலை அறிந்திருந்த அவளுக்குப் பூனாச்சியின் குரல் பிடிபடாமைக்குக் காரணம் வேறொன்றுமில்லை. பூனாச்சியை இன்னும் பால்குடி மாறாத குழந்தையாகவே கிழவி நினைத்துக்கொண்டிருந்ததுதான். பூவனோடு அவளுக்கு நேர்ந்த பிரியத்தைக்கூடக் கிழவி விளையாட்டு நட்பு என்றே கருதியிருந்தாள். ஆகவே பூனாச்சிக்கு என்ன நடந்தது என்று அறியக் குடிசைக்கு வந்தாள். நின்றுகொண்டு தன் வாலை ஆட்டியபடி பூனாச்சி விட்டுவிட்டுக் குரல் கொடுத்தாள்.

'இவளுக்கு என்ன வந்துச்சோ தெரிலீயே. அந்த வெளக்கயாச்சும் பெருத்திக்கிட்டு வர்றன். எந்திரிச்சு வா பாக்கலாம்' என்று கிழவனை அழைத்தாள்.

பூனாச்சியின் அழைப்பைப் புரிந்திருந்த கிழவன் 'அவளுக்குப் புருசன் வேணுமாம். அதுக்குக் கத்தறா. உனக்கு வயசாவ வயசாவ என்ன எழவு தெரீது?' என்றான் கிழவன்.

'அப்படியா? இந்தக் குட்டிக்குப் புருசன் வேணுமாமா?' என்று சிரித்துக்கொண்டே அவளருகில் வந்த கிழவி அரத்தைத்

தொட்டாள். கையில் பிசுபிசுப்புடன் கொழா பட்டது. பூனாச்சிக்கு உடல் சிலிர்த்துக் குளிர்ந்தது. கிழவி இன்னும் நன்றாகத் தொட மாட்டாளா என்றிருந்தது. உடலைக் கூனி நிற்கும் விதத்தைக் கண்டு 'அட ஆமா. அதுக்குள்ளயா?' என்றாள் கிழவி.

அன்றைக்கு இரவெல்லாம் கிழவனும் கிழவியும் பூனாச்சிக்குக் கிடா சேர்த்த என்ன செய்வது, எங்கே கொண்டு செல்வது என்னும் பேச்சுத்தான். 'பிள்ளயூட்டுக் கெடா இருக்குது. இருந்தென்ன பண்றது? ஆதரவுக்கு ஆளிருந்தாலும் அது அண்டையில இருக்கோணும் பாத்துக்க' என்றாள் கிழவி ஆதங்கமாக.

கிழவி பூவனைக் குறிப்பிட்டுத்தான் சொல்கிறாள் என்பதால் பூனாச்சி குனுப்பமாகக் கேட்டாள். ஆனால் பூவனைச் சந்திப்பது சிறிதும் சாத்தியமல்ல என்பது அவளுக்கும் பிடிபட்டது. இப்போது மட்டும் அவனிருந்தால் எப்படியிருக்கும் என யோசனைகள் ஓடின.

'இந்த ஊத்தங்குட்டி இருக்குது. ஆனா இதுக்கு இன்னம் கொடியே எட்டுலயே. என்ன பண்ணலாம்? மேச்சக் காட்டுக்கு எதுனா கெடா வருமா?' என்று கேட்டாள் கிழவி.

'இப்பவே கெடா சேத்தோணுமா? இன்னம் ஒரு பருவம் உட்டுப் பாப்பம். குட்டி இன்னம் இடுப்புப் பெலக்கலயே' என்றான் கிழவன்.

'ம்க்கும். அப்பறம் ஒருவாரத்துலயே மறுக்காக் கத்தும். இந்தக் கத்தலக் கேட்டுக்கிட்டு நம்மால இருக்க முடியாது. எங்கனா கெடா இருந்தாப் பாரு' என்றாள் கிழவி.

இருவரும் பேசி பக்கத்து ஊரில் ஓரிடத்தில் துட்டுக்குக் கிடா விடுவார்கள் என்றும் அங்கேயே கொண்டு போகலாம் என்றும் முடிவெடுத்தார்கள்.

மறுநாள் காலையில் கிழவன்தான் பூனாச்சியைப் பிடித்து அழைத்துக்கொண்டு போனான். அவனோடு அவள் வேகமாக ஓடினாள். அவளுக்குப் பூவனைப் பார்க்கும் ஆசை. பூவனில்லாவிட்டால் என்ன? பூவனைப் போல ஒருவன் கிடைப்பான். இந்தப் புதியவன் எப்படி இருப்பான்? பூவனைப் போல உருண்டை முகம் கொண்டிருப்பானா? ஒட்டிய கன்னத்துடன் இருப்பானா? பூவனைப் போல முத்தம் பதிப்பானா? விளையாட்டுக் காட்டுவானா? என்னென்னவோ எண்ணிக்கொண்டு போனாள் பூனாச்சி.

அதிகாலையில் கிளம்பி பொழுது வரும்முன் அங்கே போய்விட்டார்கள். அங்கே அகலமாக அடைக்கப்பட்ட

பட்டிக்குள் வெள்ளாடுகள் திரிந்தன. செம்மறிகளைப் போல வெள்ளாட்டுக்கும் பட்டி இருப்பதைப் பார்த்து ஆச்சரியமானாள். இளைஞனாக ஒருவன் வந்து பட்டியைத் திறந்தான்.

'என்ன தாத்தா குட்டி பூச்சியாட்டம் இருக்குது? தாங்குமா?' என்று கேட்டான்.

'பூச்சியாட்டம் இருந்தாலும் பூஞ்சையா இருந்தாலும் இதுக்குனா எல்லாம் தாங்கும்' என்றான் கிழவன்.

பட்டியைத் திறந்து கிடாய் ஒன்றைப் பிடித்து வந்தான். அது கிழட்டுக் கிடா என்பது பார்த்ததும் தெரிந்தது. எத்தனையோ வெள்ளாடுகளைச் சினையாக்கிய சோர்வு படிந்த முகம். பேருடல். எந்த ஆர்வமும் இல்லாமல் பூனாச்சிக்கு அருகில் வந்தது. பூனாச்சிக்கு அதன் முகத்தைப் பார்க்கவே அருவருப்பாக இருந்தது. கண்களை மூடிக்கொண்டு நடுங்கினாள். அதற்குள் அவள் முதுகின்மேல் பெரும்பாரம் ஏறியதை உணர்ந்தாள். ஒரு நொடிகூட இல்லை. சுமை அழுத்திக் கீழே விழுந்துவிட்டாள். கிடாய் வெறுமனே கொடியைப் பீய்ச்சியது.

'என்ன தாத்தா இப்பிடி உட்டுட்ட' என்றான் இளைஞன்.

'அட சின்னக் கெடாயா இருந்தாக் கொண்டாப்பா. குட்டி எளசில்ல' என்றான் கிழவன்.

'நீதான் அப்ப எல்லாம் தாங்குமின்னு சொன்ன. இப்ப எளசா வேணுங்கற. எங்க போறது? என்னமோ கெழவன், அனுபவிச்சுப் பாத்தவன்னு சொன்னதக் கேட்டன். இப்பப் பாரு இது வீணா ஒழுக்கிக்கிட்டு நிக்குது. இன்னொன்ன உடறன். ரண்டுக்குத் துட்டுக் குடுத்தரோனும் பாத்துக்க' என்றான் இளைஞன்.

'ஆமா வா, நாலுக்குத் தர்றன். தாங்குமுன்னாலும் ஒரு அளவு வேணுமில்லப்பா. இது பாங்கெழட்டுக் கெடாய இருக்குது' என்று கிழவன் சிரித்தான்.

பழங்கிழட்டின் இடத்தில் இப்போது புதுக்கிழடு. அவ்வளவுதான். அது வரும்போது கால்கள் மட்டும்தான் தெரிந்தன. 'கிட்டிக்குள்ள உட்டுப் புடியப்பா' என்றான் இளைஞன்.

கிட்டிக்குள் பூனாச்சியைத் தள்ளி நிறுத்தினான் கிழவன். இரண்டு பக்கமும் கட்டை கட்டி முன்னால் ஓடிவிடாதவாறு தடுப்பமைத்த கிட்டி. அதற்குள் ஒரு பலகை. அதன்மேல் பூனாச்சியை ஏற்றி முன் தடுப்பில் கயிற்றை இழுத்து அவள்

கழுத்தை அசைக்க முடியாதவாறு கட்டினான் கிழவன். பின்னால் போய் அவள் வாலைத் தூக்கியும் உடலை அழுத்தியும் பிடித்தான். இளைஞன் கிடாயை விட்டான். இப்போது குறி தவறவில்லை. ஏதோ ஒரு சூட்டுக்கோல் தன் வயிற்றில் இறங்கி வெளிவந்ததை ஒருநொடி உணர்ந்தாள் பூனாச்சி. அவ்வளவுதான். அதிலேயே உடல் கூனிக் குறுகிப் போயிற்று. இளைஞனுக்குத் துட்டுக் கொடுத்துவிட்டுப் பூனாச்சியை இழுத்துக்கொண்டு நடந்தான் கிழவன்.

பூனாச்சிக்கு உலகமே வெறுப்பாயிற்று. முகமே தெரியாத ஒரு கிழட்டுக்கும் தன் உடலுக்கும் என்ன தொடர்பு என்றே அவளுக்குப் புரியவில்லை. இவ்வளவுதானா என்றிருந்தது. பூவனாக இருந்தாலும் இவ்வளவுதானா? எதற்கு இந்தப் பிறப்பெடுத்தோம் என்று முதன்முறையாக யோசித்தாள் பூனாச்சி. மேய்ச்சல் காட்டில் வெள்ளாடுகளுடன் திரிந்தபோது ஊத்தன் வாசம் பிடித்து பின்னாலேயே வந்தான். இன்னும் சில கிடாய்களும் அவளை உராய்ந்தன. யாருக்கும் அவள் வாலையே தூக்கவில்லை. ஊத்தனுக்குக் கொஞ்சம் சலுகை காட்டலாமோ என்றிருந்தது. ஆனால் காலையில் பட்ட காயத்தின் ரணம் ஆறவே இன்னும் நாளெடுக்கும். இதில் இன்னொன்றா?

பாவம் ஊத்தன். இப்போது அவனை அனுமதித்தால் நாளைக்கு அவனுக்கும் கடுவாயனின் நிலை வந்துவிடக்கூடும். உடலும் மனமும் அடங்கி வெறுப்புடன் தீனி எடுத்தும் தண்ணீர் குடித்தும் நடந்தாள் பூனாச்சி. இனிமேல் ஒரு சந்தோசமான தருணத்தை நினைவுக்குக் கொண்டுவர முடியுமா என்பதே சந்தேகமாக இருந்தது. பூவனுடன் கூடியிருந்தால் இது சந்தோசமாக இருந்திருக்கும். ஏன் தனக்கு அது வாய்க்கவில்லை. ஊருக்குப் போயிருந்தபோதே இந்தப் பருவம் வந்திருந்தால் ஆகாதா? தன் உடலை ஒரு வறட்டுக் கிழம் ஆக்கிரமித்ததை நினைக்கவே என்னவோ மாதிரி இருந்தது. ச்சே, இனிமேல் இந்த நினைவே ஆகாது என்று தலையை உதறிக்கொண்டு பூனாச்சி வேறு எதெதிலோ கவனத்தைச் செலுத்த முயன்றாள்.

●

16

பூனாச்சியைக் கிழவி கவனித்துக்கொண்டேயிருந்தாள். ஒருமாதத்தில் பூனாச்சிக்குக் கொஞ்சம் மடியிறங்கியது. உடலில் சடை பிடித்திருந்த மயிர்கள் கொட்டிச் செழுசெழுப்புக் கூடியது. 'குட்டி செனைதான்' என்று கிழவனிடம் சொன்னாள். பூனாச்சி தன் உடலில் பல மாற்றங்களை உணர்ந்தாள். வயிற்றில் பெரும்பொதியைச் சுமந்திருக்கும் உணர்வைப் பெற்றாள். எந்நேரமும் பசியாகவே இருந்தது. கிழவியும் பூனாச்சிக்கு எத்தனையோ கொடுத்தாள். தின்றுகொண்டேயிருந்தாள். குட்டியாக அவள் இருந்தபோது கரைத்துக் கொடுத்த தேங்காய்ப் புண்ணாக்கு ஊற வைத்த நீர் இப்போதும் அவளுக்குக் கிடைத்தது. பச்சைத் தழைகளை எங்கெங்கோ மரங்களில் இருந்து பறித்து வந்து போட்டாள்.

மேய்ச்சல் காட்டிலிருந்து திரும்பி வரும்போதே கிழவி என்ன வைத்திருப்பாள் என்னும் ஆவலுடன் ஓடுவாள். அவளுக்கென ஒரு கூடையை ஒதுக்கி யிருந்தாள் கிழவி. அதைத் திறந்துவிடுவாள். ஒருநாளைக்குக் கருவேலங்காய்கள் பசுமை மாறாமல் முத்து முத்தாகக் கிடக்கும். ஒருநாளைக்குப் புளியம்புல் குவியல் வேரோடு இருக்கும். வாதநாராயணந் தழை, கிழுவ இலைகள், பண்ணைச் செடிகள் என்று ஒவ்வொன்றும் பூனாச்சிக்குப் பிடித்திருக்கும். கிழவி எந்த நேரம் எங்கே போய் இதையெல்லாம் கொண்டு வருகிறாள் என்று தெரியாது. இப்படி விதவிதமான தீனிகளைத் தின்று செழித்தாள் பூனாச்சி.

அவள் வயிறு பெருத்துக்கொண்டிருந்த அந்த மாதங்களில் அங்கே சில விஷயங்கள் நடந்தன. அந்த வருசமும் மழை சொல்லும்படி இல்லை. அவ்வப்போது வாசல் தெளிக்கிற மாதிரி தூறல் போட்டுவிட்டு நின்றது. மழைக்காலத்தில் ஓரிரு நாள் கொஞ்சமாகப் பெய்தது. குடிதண்ணீருக்குப் பிரச்சினை இருக்காது. வேளாண்மை சரிவர நடக்கவில்லை. இருந்த ஈரத்தை வைத்து விதைத்தும் வந்ததை அறுவடை செய்தும் எப்படியோ ஒப்பேற்றினார்கள். பூனாச்சியைக் கிழவி உயிராகக் கவனித்தாள். முதல் பேற்றுக்கு மகள் வந்தபோது அவளைக்கூட அப்படிக் கவனிக்கவில்லை. பூனாச்சியைப் பார்க்க வேண்டும் என்பதற்காகவே கடுவாயனையும் பீத்தனையும் சந்தைக்குக் கொண்டுபோய்க் கிழவன் விற்றான். ஆட்டுக்குடிசையும் வாசலும் வெறிச்சென்றிருந்தன. எல்லாம் போய்விட்டது போலத் தோன்றியது.

கள்ளியாடு சினையாயிற்று. ஊத்தனுக்கு ஒடையடிக்கப் பட்டது. இப்போது மொத்தம் அங்கே இருந்தது நான்கே நான்கு ஜீவன்கள்தான். விளையாட்டு இல்லை; துள்ளல் இல்லை. புண்ணாக்குப் போலப் பொழுது கரையாமல் கிடப்பதாகத் தோன்றியது. கடுவாயனும் பீத்தனும் உயிரோடு இருக்க வாய்ப்பேயில்லை. கறிக்காரருக்கு விற்றதாகக் கிழவன் சொன்னான். கிழவியின் மகள் வீட்டில் பொருமி அனேகமாகச் சூல் கொண்டிருப்பாள். அங்கே பூவன் இருக்கிறானோ என்னவோ. இருந்தாலும் அவன் பொருமியோடு சேர்ந்திருக்கக்கூடும். அப்படி இணங்கிப் பிரியம் காட்டியவன் பொருமியைச் சேர்வானா? அவனோடு பிரியமாக இருந்தும் இங்கே ஒரு கிழட்டுக்கு வால் தூக்கி நிற்க வேண்டியிருந்ததே. அதைவிடப் பொருமி என்ன குறைந்துவிட்டாள்? பூவன் வயதுதான் அவளுக்கும். ஏனோ அவளைவிடப் பூனாச்சி மேல் அவனுக்குப் பிரியம் இருந்தது. அவ்வளவுதானே.

ஊத்தனுக்கு நல்ல வாய்ப்பு. செம்மியிடம் அவன் ஒருவனே இன்னும் பால் குடித்துக்கொண்டிருந்தான். எல்லாப் பாலையும் அவனுக்கே விடவில்லை கிழவி. காலையில் அவனை அவிழ்த்துவிடுவாள். வேகமாகச் சென்று மடி பிடித்து ஊட்டுவான். காம்புகள் நன்றாகச் சுரந்ததும் அவனை இழுத்துக் கட்டிவிடுவாள். சுரந்த பாலைப் பாத்திரத்தில் கரப்பாள். இப்படி இரண்டு மூன்று முறை கரந்து பாத்திரத்தை நிறைத்துவிடுவாள். அவனுக்கு வாய்ப்பெல்லாம் மேய்ச்சல் காடுதான். அங்கே அவன் விரும்பும் நேரத்திற்குக் குடிப்பான். செம்மி கால்களை அகட்டி நின்று கண்களை மூடியபடி அசை போட்டுக்கொண்டு பால் தருவாள்.

ஆனால் அந்த ஊத்தக் கிடாயன் ஓங்கி ஓங்கி மடியை முட்டுவதை அவளால் தாங்க முடியவில்லை. அதனால் அவன் முகத்தில் ஓர் உதை விட்டுத் தூரப் போய்விடுவாள். எப்படியும் பகலில் மூன்று நான்கு முறை ஊத்தன் ஊட்டிவிடுவான். ஆனால் இரவில் கிடையாது. அதிகாலையில் ஓரிரு பீர் வாய்க்குப் போய்ச் சேருமோ என்னவோ. வெள்ளாட்டுப் பாலில் கொஞ்சம் கிழவனுக்குத் தருவாள். மிச்சத்தை வாங்கிப் போகத் தூரக் காட்டிலிருந்து பிள்ளை ஒருத்தி வருவாள். அவள் வீட்டில் யாருக்கோ உடல்நிலை சரியில்லை என்றும் வைத்தியத்திற்கு வெள்ளாட்டுப் பால் என்றும் பேச்சிலிருந்து ஊகித்தாள் பூனாச்சி. அதில் ஏதோ கைச்செலவுக்குத் துட்டும் வந்தது.

நான்காவது மாதம் தொடங்கியதில் இருந்தே பூனாச்சியால் ஒன்றும் முடியவில்லை. கொஞ்ச தூரம் நடந்தாலே மூச்சிரைத்தது. அடிக்கடி படுத்துக்கொண்டாள். வெகுநேரம் நின்று மேய முடியவில்லை. மேய்ச்சல் காட்டுக்குப் போய்ச் சேர்வதே பெரும் பிரயத்தனமாக இருந்தது. அவள் கஷ்டத்தைக் கண்ட கிழவன் 'இங்கயே பக்கத்துல பாத்து மேய உடு. பாவம்' என்று கிழவியிடம் சொன்னான். அப்போது கொஞ்சம் மழை பெய்து எங்கும் புற்கள் தளிர்த்திருந்த பருவம். ஆனால் புதுப்புற்கள் கசந்தன. ஒன்றிரண்டு வாய்க்குமேல் தின்ன முடியவில்லை.

கிழவி காட்டுக் கரைகளில் கொண்டு போய்க் கட்டுவாள். வெள்ளாமைக்கு எட்டாமல் கயிற்றைக் குறுகக் கட்டிவிடுவாள். எட்டும் தூரம் வரை மேய்ந்துவிட்டுப் படுத்துக்கொள்வாள் பூனாச்சி. கொஞ்ச நேரத்திற்கு ஒருமுறை கிழவி எட்டிப் பார்த்துக்கொள்வாள். சிலசமயம் நீத்தண்ணி கொண்டு வந்து குடிக்க வைப்பாள். கம்மஞ்சோற்று நீத்தண்ணிதான் வெகுருசியாக இருக்கும். அதுவாக இருந்தால் வயிறு முட்டக் குடித்துவிடுவாள். தினஞ்சோற்று நீத்தண்ணியும் அவளுக்குப் பிடிக்கும். கேழ்வரகு நீத்தண்ணி என்றால் ஒருமாதிரி சல்லிட்டுப் போய் ருசியே இருக்காது.

'நல்ல ஒனத்தியாக நாக்கு கேக்குதா? பிள்ளத்தாச்சி இப்பிடி நங்கு பாத்தீனா குட்டிவ எப்பிடிப் பெலக்கும்?' என்று கன்னத்தில் ஒருமுறை கிழவி இடித்தாள். தன் மகளுக்குப் பணிவிடை செய்வதாகவே கிழவிக்கு எண்ணமிருந்தது.

பூனாச்சியைக் கிழட்டுக் கிடாய்க்கு முன்னால் கொண்டு போய்விட்ட அந்த நாளைக் கிழவி கணக்கு வைத்திருந்தாள். அன்றாடம் இரவில் இந்தக் கணக்கைச் சொல்வதுதான் அவள் வேலை. 'எட்டோட எட்டு பதனஞ்சு, ரண்டு பதனஞ்சு முப்பது, நாலு முப்பது நூத்தியிருவது. நூத்தியிருவது நாளாயிருச்சி'

என்றாள் ஒருநாள். இன்னும் பதினைந்து முடிந்தால் அப்புறம் எந்த நேரத்திலும் பூனாச்சி குட்டி போட்டுவிடுவாள் என்று அவர்கள் பேசிக்கொண்டார்கள்.

ஓரிரவில் கிழவி கேட்டாள், 'ஆமா. இது ஏழு குட்டி போடுமின்னு அந்தப் பகாசுரன் சொன்னானியே. நெசந்தானா? வவுத்தப் பாத்தா மூனுகுட்டி இருக்கற மாதிரி தெரியுது. ரண்டு அல்லையிலயும் பொடைக்கும்போது பாத்தா மூனு தல தெரீது.'

கிழவன் 'என்னமோ அவன் சொன்னான். ஏழு குட்டி போடற பரம்பரய இதுநாள் வெரைக்கும் நாங்கண்டதில்ல. நாலு அஞ்சு போட்டுப் பாத்திருக்கறம். இது நீ சொன்னாப்பல மூனு போடும். அத வெச்சுக் காப்பாத்துனாப் போதாதா?' என்றான்.

'ஆமா. இத்தன நாளூ எம்மனச அரிச்சிக்கிட்டிருக்கறத உங்கிட்டக் கேக்கறன். கோவிச்சுக்காத நெசத்தச் சொல்லோணும்' என்று ஒருநாள் பீடிகை போட்டாள் கிழவி.

'உங்கிட்ட என்னடி பொய் சொல்லறன் நான்? எதுனாலும் கேளூ' என்றான் கிழவன் உற்சாகமாய்.

'நெசமே பகாசுரன் கொடுத்த குட்டியா இது? இல்ல, எங்காச்சும் பொதருக்கடியில கெடந்து எடுத்தாந்தயா?' என்றாள் கிழவி.

'அடிப் போடி பொக்கனாத்தி. உனக்கு எம்மேல என்னைக்குமே நம்பிக்க வந்ததில்ல. இப்பக் காலம் போன கடசீலயா வரப் போவுது? இருந்தாலும் சொல்லறன் கேட்டுக்க. அன்னைக்குப் பொழுதெறங்கி நேரம். தூரத்துல ஒரு நெவுலு அசையுது. நெடிக்க மரமாட்டம் தெரியுற நெவுலு. வெயிலுக் கொறையக் கொறைய நெவுலு நீளூமே, அப்பிடி இந்த நெவுலுன்னு நெனச்சன். ஆனா அசஞ்சு அசஞ்சு வருதேன்னு கண்ணச் சுருக்கிக்கிட்டுப் பாக்கறன். அரப்பனை ஒசரம் ஆளூ வரான். நிய்யெல்லாம் பாத்திருந்தீன்னா பேயோ பெசாசோன்னு காலோட எருவியிருப்ப' என்று பெரும் உற்சாகத்தோடு பூனாச்சி கிடைத்த அந்த நாளைப் பற்றி விவரித்தான் கிழவன்.

பகாசுரன் கையில் எப்படி வந்து சேர்ந்தோம், அப்படியானால் தாய் எங்கே, பகாசுரர்கள் எங்கே வசிப்பார்கள், என்றைக்காவது தாயாட்டைப் பார்ப்போமா என்றெல்லாம் பூனாச்சிக்கு யோசனை ஓடியது. அப்பேர்ப்பட்ட பகாசுரனால் வைத்துக் காப்பாற்ற முடியாத அளவுக்குப் பெரிய சீவனா பூனாச்சி? சரி, அவனுக்கு என்ன கஷ்டமோ? ஆனால் அவள் உடல்நிலை அதற்கு மேல் வேறு எதையும் யோசிக்க விடவில்லை.

கிழவி கணக்குச் சொல்லி எதிர்பார்த்தது போலவே காரிக்கிழமை ஒன்றின் மாலையில் பூனாச்சிக்கு வலி வந்தது. மெல்லத் தொடங்கி வெகுவேகமாக வளர்ந்தது. படுப்பதும் எழுவதுமாக இருந்தாள் பூனாச்சி. அவளால் நிலைகொள்ள முடியவில்லை. கிழவி எதையோ கொண்டு வந்து கூடையில் வைத்தாள். அது என்னவென்றுகூடப் பார்க்கத் தோன்றவில்லை. அடிக்கடி வாய் விட்டுக் கத்தினாள். தலையீத்து மூடு. முதல் பேறு. அதனால் கொஞ்சம் கஷ்டமாகத்தான் இருக்கும் எனப் பாட்டிக்குத் தெரிந்தது. ஆனாலும் பூனாச்சி படுகஷ்டம் அனுபவிப்பதாகத் தோன்றியது. அவளுக்கு என்னவோ பிரச்சினை என்று நினைத்தாள்.

இருள் சூழ்ந்து அனைத்தும் அடங்கும்வரை எப்படியோ பொறுமையோடு இருந்தாள். பின் பூனாச்சியைக் கட்டவிழ்த்து விட்டாள். அவள் குடிசைக்குள் இருந்து வாசலுக்குப் போய்ப் படுத்துப் பார்த்தாள். எழுந்தாள். கிழவியின் கட்டிலுக்கு அடியில் போய்ப் படுத்தாள். எழுந்தாள். சருகுகளைச் சேர்த்துக் கிழவன் போட்டிருந்த போருக்குப் பக்கத்தில் போய்ப் படுத்தாள். எழுந்தாள். கள்ளியாட்டிடம் போய்ப் படுத்தாள். பூனாச்சியை மோந்து பார்த்துச் சிறுகனைப்பால் ஆறுதல் சொன்னாள் அவள். எழுந்தாள். உழும்பனுக்கும் அவன் தாய்க்கும் இடையில் போய்ப் படுத்தாள். அவர்கள் இருவரும் இவளது வேதனை உணர்ந்து ஆறுதலாகப் பார்த்தார்கள். எழுந்தாள். என்ன செய்வது? அழுதாலும் புரண்டாலும் படுத்தாலும் எழுந்தாலும் அவள்தானே பிள்ளை பெற்றாக வேண்டும்? பிறர் என்ன செய்ய முடியும்?

பூனாச்சியின் நிலைகொள்ளாமையால் தவித்துப் போன கிழவி ‘ஊருக்குள்ள போயிப் பேறுக்காரனக் கையோட கூட்டிக்கிட்டு வா. பிள்ள படற கஷ்டத்தப் பாக்க முடியில. என்னமோ குட்டி தலகீது திரும்பி இருக்குதோ என்னமோ’ என்று சொல்லிக் கிழவனை விரட்டிவிட்டாள்.

‘இன்னங் கொஞ்ச நேரம் பாக்கறதுக்கு உனக்குப் பொறுமை இல்ல. என்னமோ உம்பிள்ளயாட்டம் இப்பத்தான் பறக்கற’ என்று முணுமுணுத்துக்கொண்டே கிழவன் போனான்.

அவன் போகும் வழியை நாய்க் குரைப்பின் வழி ஊகித்தாள் கிழவி. பூனாச்சியின் தலையைத் தடவி ‘இரு இரு. பேறுக்காரன் வந்திருவான்’ என்று ஆறுதலாகப் பேசினாள். கிழவன் போகும் வழியெங்கும் பூனாச்சியின் பேற்று வலியைப் பரப்பிவிட்டுப் போனான் போல. ஐந்தாறு பெண்டுகள் வந்து சேர்ந்தார்கள். பேச்சும் சத்தமுமாய் வாசல் கலகலப்பாயிற்று. ஒவ்வொருவரும்

தங்கள் வீட்டில் நடந்த இப்படிப்பட்ட கஷ்டப்பேறு பற்றிய கதைகளைப் பேசினார்கள். அவர்கள் வந்திருந்தது கிழவிக்குப் பேராறுதலைக் கொடுத்தது. பேச்சுக் கொடுத்துக்கொண்டே பெரிய மண்விளக்கைப் பற்ற வைத்தாள். வாசலில் காற்று அணைத்துவிடாதவாறு வைத்தாள். பூனாச்சி நகர்ந்துகொண்டே இருப்பதைப் பார்த்து இனிமேல் இது ஆகாது என்று கருதிக் கட்டில் காலில் கட்டினாள். இப்போது ஒரே இடத்தில் பூனாச்சி படுக்கவும் எழவும் இருந்தாள்.

‘என்னமோ நாம பழம பேசிக்கிட்டு இருக்கறம். அதுங்கஷ்டம் அதுக்கு’ என்றாள் ஒருத்தி.

‘ஆமா. தலவலியும் காச்சலும் தனக்கு வந்தாத்தான தெரியும்’ என்றாள் இன்னொருத்தி.

‘அட முட்டையிடற கோழிக்குத்தானாயா பொச்செரிச்சலு’ என்றாள் வேறொருத்தி.

இப்படிப் போய்க்கொண்டிருந்த பேச்சுக்கிடையே தூரத்தில் கிழவனின் சத்தம் லேசாகக் கேட்டது. பேற்றுக்காரனோடு அவன் வருவதாகத் தெரிந்தது. பேற்றுக்காரன் கைராசியான ஆள். எப்பேர்ப்பட்ட வெள்ளாட்டின் கஷ்டத்தையும் எளிதில் தீர்த்துவிடுவான். கைக்கு விளக்கெண்ணெயைத் தடவிக்கொண்டு வெள்ளாட்டின் அரத்திற்குள் கையை நுழைத்தால் ஆட்டுக்கும் கஷ்டம் கொடுக்காமல் குட்டிக்கும் கஷ்டம் கொடுக்காமல் மெல்ல உருவி எடுத்துவிடுவான். அவன் வருகை கிழவிக்கு நம்பிக்கை கொடுத்தது. பேச்சுக்குரல் அருகில் வர வரப் பூனாச்சியின் கத்தல் மிகுந்தது. என்னவோ தெரியவில்லையே என்று தவித்துக் கிழவி அருகோடினாள்.

அதற்குள் நின்றுகொண்டிருந்த பூனாச்சி படுத்துக் கால்களைப் பரப்பிப் பெருமுக்கு முக்கினாள். விளக்கு வெளிச்சத்தை அருகே கொண்டு வந்தாள் கிழவி. மூடலோடு முதல் குட்டி மாவுருண்டை போல வந்து வெளியே விழுந்தது. அதைக் கையில் எடுத்து முக மூடலை நீக்கிச் சுவாசிக்க விட்டாள் கிழவி.

‘அததுக்கு நேரம் வரோணுமில்ல. நாம அவசரப்பட்டா ஆவுமாயா’ என்றது ஒரு குரல்.

●

17

முதல் குட்டியை வெளித் தள்ளிய அதே வேகத்தில் அடுத்தடுத்த குட்டிகள். மொத்தம் நான்கு குட்டிகள். மெல்ல எழ முயன்றாள் பூனாச்சி. கிழவி கை கொடுத்துத் தூக்கிவிட்டாள். எழுந்த பூனாச்சி குட்டிகளை நக்கிக் கொடுத்தாள். ஒவ்வொன்றையும் நக்கி மூடலை முழுதாக நீக்கி ஈரம் காய இடைவிடாமல் நக்கினாள். குட்டி ஒவ்வொன்றும் குப்பைப் புழுவைப் போலப் பருத்திருந்தது.

'அட இந்தச் சீவனோட வவுத்துக்குள்ள நாலு குட்டியிருந்தா அப்பறம் இத்தினியூண்டுதான் இருக்கும்' என்றது ஒரு குரல்.

வாசலுக்கு வந்த பேற்றுக்காரன் குட்டிகளைப் பார்த்தான். பூனாச்சியையும் பார்த்தான். அவள் வயிற்றைத் தொட்டான். வாலைத் தூக்கி அரத்தைப் பார்த்தான். 'இன்னம் வவுத்துல குட்டியிருக்குது' என்றான். அங்கிருந்தவர்கள் 'என்ன' என்று அதிர்ந்தார்கள். கிழவனுக்கும் கிழவிக்கும் அதிர்ச்சியாக இல்லை. இது ஏழு குட்டி போடும் வர்க்கம் என்றல்லவா பகாசுரன் சொல்லியிருக்கிறான்.

பேற்றுக்காரனும் சாதாரணமானவன் அல்ல. பேறு பார்க்கும் பரம்பரை. இவனுக்கு வயது ஐம்பதுக்குள்தான் இருக்கும். என்றாலும் தந்தையுடன் போய்ப் பேறு பார்த்து அனுபவம் கொண்டிருந்தான். ஆகவே அவன் சொல்வதில் உண்மையிருக்கும் என்று நம்பினார்கள். ஆனால் பூனாச்சி 'எல்லாம் அவ்வளவுதான்' என்ற

பாவனையில் குட்டிகளை நக்கிக் கொடுத்துக் கொண்டிருந்தாள். அதைப் பார்க்கும் யார்க்கும் பேற்றுக்காரன் சொல்வது தவறான அனுமானம் என்றே தோன்றும். பூனாச்சிக்கும் வயிற்றுக் கனம் குறைந்து வெறும் வயிறாகிவிட்ட மாதிரிதான் இருந்தது. ஆனால் சில நிமிடங்களில் இன்னொரு வலி தோன்றிப் படுத்துக்கொள்ள வேண்டும் போலிருந்தது.

கீழே நெண்டும் குட்டிகளைப் பார்த்தபடியே படுத்தாள். அடுத்த கணம் அவளையும் அறியாமல் முக்கினாள். அடுத்தடுத்து இரண்டு குட்டிகள். அவற்றை ஈன்றதும் அவளாகவே எழுந்துகொண்டாள். கூட்டமாகச் சேர்ந்து எட்டிப் பார்த்த பெண்களுள் ஒருத்தி சொன்னாள், ‘இதென்னாயா புழுக்க போடற மாதிரி கொட்டிக்கிட்டே இருக்குது.’ புதிய குட்டிகள் இரண்டையும் நக்கிக் கொடுத்தாள் பூனாச்சி. பேற்றுக்காரன் மீண்டும் அவள் வயிற்றைத் தொட்டு அழுத்தினான். அரத்தைப் பார்த்தான். நசநசப்பு இருந்தது. ‘அவ்வளவுதான்’ என்றான். கிழவி ஒவ்வொரு குட்டியின் மேலிருக்கும் கொழாப் பசையைத் துடைத்துக்கொண்டிருந்தாள். பூனாச்சி இடைவிடாமல் குட்டிகளை நக்கி நக்கிக் காய வைத்தாள்.

ஆறு குட்டிகள். நான்கு கிடாய். இரண்டு மூடு. நான்கு குட்டிகள் பூனாச்சியைப் போலவே கருகருவென்றிருந்தன. மற்ற இரண்டும் செம்மி. குட்டிகள் நெளிவதும் கத்துவதும் விளக்கொளியில் பார்க்கப் பரவசமாயிருந்தது. விளக்குக்கட்டையோடு தூக்கி வெளிச்சம் காட்டிக் காட்டி ஒவ்வொரு குட்டியையும் பார்த்தாள் கிழவி. கருங்குட்டிகளின் கண்கள் ஒளிர்ந்தன. ஒவ்வொருவரும் அருகில் வந்து பார்த்துப் போய்ப் பின் வாசலில் உட்கார்ந்து பேசினர். ‘ஆறுகுட்டி. பாத்து வளக்கோணும்’ என்று சொல்லிய பேறுக்காரன் கிளம்ப ஆயத்தமானான்.

அப்போது பூனாச்சி மறுபடியும் படுத்தாள். மீண்டும் ஒரு முக்கு. இன்னொரு புழுக்கை வந்து விழுந்தது. அதைத் தொடர்ந்து நஞ்சுக்கொடி நீளத் தொங்கியது. தன் கணிப்பு பொய்த்துப் போனதால் பேற்றுக்காரனுக்குச் சற்று நேரம் வாய் அடைத்துக்கொண்டது. இப்போது நஞ்சுக்கொடி தொங்கியதால் இனிமேல் அவ்வளவுதான் என்பது உறுதி. ஆனால் அதைச் சொல்லவும் அவனுக்குத் தயக்கமாக இருந்தது. ‘ஏழா ?’ என்று எல்லாரும் பேற்றுக்காரனைப் போலவே வாயடைத்துப் போனார்கள். கிழவனுக்குப் ‘பகாசுரன் சத்தியவான்’ என்று சொல்லிக்கொண்டான். கிழவி இப்போதுதான் கிழவன் சொன்னது கதையல்ல, உண்மை என்று நம்பினாள்.

ஏழாவது குட்டி அப்படியே பூனாச்சியைப் போலவே இருந்தது. அந்த நாள் அந்தியில் கிழவன் கொண்டு வந்து கையில் வைத்தபோது பூனாச்சி இருந்த அளவு, உருவம், நிறம் எல்லாம் அந்தக் குட்டிக்கும் பொருந்திப் போயிற்று. அனேகமாக இப்படித் தன் தாய்க்குப் பூனாச்சியும் ஏழாவது குட்டியாகத்தான் பிறந்திருப்பாள் என்று கிழவிக்குத் தோன்றியது.

'உனக்கு இப்பிடி ஒரு அதிர்ஷ்டம் வந்திருக்குதே' என்றாள் ஒருத்தி. அவள் குரலில் வெளிப்படையாகப் பொறாமை தெரிந்தது. எல்லாரின் பிரதிநிதியாகவும் அவள் பேசினாள். பேற்றுக்காரன் 'மழப்பேறையும் மகப்பேறையும் மேசாசுரனும் அறிய மாட்டான்' என்றான். தன் கணிப்பு பொய்த்ததைச் சமாளிக்கும் வார்த்தைகளாக அவை வெளிப்பட்டன. கடைசிக் குட்டியைப் பூனாச்சி நக்கிக் கொடுத்தாள். அவளுக்கு நாக்கே வறண்டு போயிற்று. கிழவி அடுப்பைப் பற்ற வைத்து தண்ணீர் காய வைத்தாள். அப்படியே ஒரு படி கம்பை எடுத்து ஊறப் போட்டாள். தண்ணீர் வெதுவெதுப்பானதும் இறக்கி வைத்துவிட்டுக் கம்பை அடுப்பில் வைத்தாள். சுடுதண்ணீரால் பூனாச்சியைக் கழுவிவிட்டாள். அவள் உடலில் படிந்திருந்த ரத்தக் கறை முழுவதையும் அவள் கழுவினாள்.

அப்போது கிளம்பிய பேற்றுக்காரன் 'அட அப்பா, ஏழு குட்டி அதிசயம். ஒடனே போயி ராசாங்கத்துல சொல்லீரு. நாளைக்குப் போனீன்னா ஏழு குட்டி எப்படிப் போடும்? என்ன ஏமாத்து வேல பண்ணுன, எங்க திருடுன அப்பிடீம்பான். நீ என்ன சொன்னாலும் பொய்யின்னு உன்னய உள்ள போட்டுருவான்' என்றான்.

'ஆமாப்பா. ஒடனே போ. இப்பத்தான் குசுவுட்டாக்கூட ராசாங்கத்துல பதிஞ்சரோணும்' என்றாள் ஒருத்தி.

'ஒருநாளைக்கி ரண்டு தடவதான் குசுவுடலாம்னுகூடச் சட்டம் வரும்' என்றாள் இன்னொருத்தி.

கிழவனுக்கு இந்த ராசாங்க ஆட்களை அணுகுவது பெரும் பிரச்சினை. அடிமட்டத்து வேலைக்காரன் ஒருவனைக் கண்டாலும் பயந்து நடுங்குவான். இந்த நேரத்தில் கிழவியைப் போகச் சொல்ல முடியாது. பேற்றுக்காரனைக் கெஞ்சி 'நீயும் வாப்பா' என்று கேட்டுக்கொண்டான். பேற்றுக்காரன் சொன்னால் அதிகாரிகள் நம்புவார்கள். அவர்கள் கிளம்ப ஒவ்வொருவராகப் பின்தொடர்ந்தார்கள். கிழவியும் பூனாச்சியும் குட்டிகளும் மட்டுமே இருந்தார்கள்.

இப்போது குட்டிகள் ஒவ்வொன்றும் மெல்ல எழுந்து நிற்க முயன்றன. இந்த இருளிரவில் பூனாச்சியைத் தேடி வந்த காட்டுப்பூனையைப் போல ஏதாவது ஒன்று வரலாம். எச்சரிக்கையாக இருக்க வேண்டும். பெரும்பொறுப்பு தன்மேல் வந்துவிட்டதாகக் கிழவிக்குத் தோன்றியது. சுறுசுறுப்பானாள். வெந்திருந்த கம்பை முறத்தில் போட்டு ஆற வைத்தாள். கம்மஞ் சோற்று நீத்தண்ணீரும் இருந்தது. அதை அடுப்புத் தணலில் வைத்தாள். குட்டி ஒவ்வொன்றும் எழுந்து நடந்தால் எந்தப் பக்கம் போகும் என்பதை இந்த இருளில் எப்படிக் கண்டுபிடிப்பது என்று அவளுக்கு மலைப்பாக இருந்தது. வெள்ளாட்டுக் குட்டிகள் எழுந்து நடக்க வெகுநேரம் ஆகாது.

பூனாச்சிக்கு முன்னால் கம்பு முறத்தை நீட்டினாள். லேசான சூட்டுடன் கம்பு வெகுருசி. பூனாச்சிக்கு அந்த ஆவி அடித்ததும் பெரும்பசி உணர்வு பீடித்தது. கம்பை வேகமாகத் தின்றாள். கிழவியால் முறத்தைப் பிடித்திருக்க முடியவில்லை. ஒரு படி கம்பையும் அரைநொடியில் காலி செய்தாள். அடுப்பில் இருந்த நீத்தண்ணியை எடுத்து வந்து வைத்தாள் கிழவி. உறிஞ்சிக் குடித்ததும் இறங்கிய வயிறு மறுபடியும் ஏறிவிட்ட மாதிரி இருந்தது. உடலில் பலம் கூடியது. பின்னால் தொங்கிக்கொண்டிருந்த நஞ்சுக்கொடி தானாக நழுவி விழுந்தது. அதை எடுத்துக்கொண்டு போய்க் கூடையில் போட்டு மூடி வைத்தாள். கிழவன் வந்த பிறகு அதைப் பால மரத்தில் தொங்கவிடச் சொல்ல வேண்டும். பால மரத்தில் போட்டால் பூனாச்சி மடியில் பால் சுரக்கும்.

எழுந்தும் விழுந்தும் தடுமாறிய குட்டி ஒவ்வொன்றாய்க் கையில் தூக்கிப் பூனாச்சி மடிக்குக் கொண்டுபோய்க் காம்பில் வாயைப் பிடித்து வைத்தாள். பூங்குட்டியின் வாய் காம்பில் பட்டதும் பூனாச்சிக்குக் கூசியது. கூச்சம் தாங்காமல் காலை உதைத்தாள். 'உங்குட்டிக்குக் கொடுக்கக்கூடக் கூசுதா உனக்கு' என்று கிழவி ஒரு சத்தம் போட்டதும் மெல்லக் கால்களை அழுந்த வைத்து நின்றாள் பூனாச்சி. ஒவ்வொரு குட்டியும் காம்பைப் பிடித்துச் சப்பச் சப்பக் கூச்சம் குறைந்தது. நாலு வாய் சப்பி வயிற்றில் ஈரம் படிந்ததும் உதடுகள் ஓய்ந்து போகக் குட்டிகள் குடிக்க மறுத்தன. ஏழு குட்டிகளையும் ஒவ்வொன்றாக ஊட்டடிப்பதற்குள் கிழவிக்கு கை ஓய்ந்து போயிற்று.

எல்லாக் குட்டிகளுக்கும் இந்தப் பூனாச்சியால் பால் கொடுக்க முடியுமா? பால் போதாவிட்டால் என்ன செய்வது? ஒவ்வொன்றும் ஒவ்வொரு பக்கம் ஓடுமே. எப்படிப் பிடித்து வைப்பது? கிழவியின் நினைவெங்கும் ஏராளமான

கேள்விகள். அவற்றுக்கு ஏராளமான திட்டங்கள். குட்டிகளைப் பெருங்கூடைக்குள் போட்டு அடைத்தாள். பூனாச்சி உடனே கத்த ஆரம்பித்துவிட்டாள். அவள் கத்தலைக் கட்டுப்படுத்த முடியாது போலிருந்தது. கூடை மலர்த்தி அதற்குள் குட்டிகளைப் போட்டுப் பூனாச்சியின் முன்னால் வைத்தாள். 'ம்ம் உம்ம்ம் ம்ம் உம்ம்ம்' என்று குட்டிகளை அழைத்தாள். அவையும் பதில் கொடுத்தன. கட்டிலை எங்கே போட்டுக்கொண்டால் குட்டிகளைக் கவனிக்கலாம் என்று யோசித்தபோது கிழவன் திரும்பி வரும் அரவம் கேட்டது.

காதுகுத்து அதிகாரிக்குத் தெரிவித்தாகிவிட்டதாம். வீட்டுக்கு எப்படி வரலாம் என்று கத்தினானாம். கதவைப் பட்டென்று சாத்திக்கொண்டு உள்ளே போய்விட்டானாம். அப்புறம் அவன் பெண்டாட்டியிடம் இப்படி விசயம் என்று தன்மையாக எடுத்துச் சொன்னதும் அவள் போய்ச் சொல்லிக் கூட்டி வந்தாளாம். ஏழு குட்டி என்றதும் அவனுக்குக் கொஞ்சமும் நம்பிக்கையே வரவில்லையாம். 'ஏழா ஏழா' என்று பலமுறை கேட்டானாம். பேற்றுக்காரன் சொல்லியும்கூட அதிகாரி நம்பவில்லையாம்.

'நெசமே ஏழு குட்டியா?' என்று பலமுறை கேட்டானாம். 'ராசாங்கத்துக்கே இது அதிசயமாச்சே. மேலெடத்துக்குச் சொல்லோணும்' என்றானாம். நாளைக்குக் காலையில் வந்து பார்ப்பதாகச் சொல்லிக் குறித்துக்கொண்டானாம்.

●

18

இருவரும் அன்றைக்குத் தூங்கவே இல்லை. 'சித்த கண்ண மூடு' என்று ஒருவருக்கொருவர் சொல்லிக்கொண்டார்களே தவிர யாரும் கண்மூடவில்லை. கொஞ்ச நேரத்திற்கு ஒருமுறை பூனாச்சிக்கு ஏதாவது கிழவி கொடுத்தாள். இரண்டு மூன்று முறை குட்டிகளை ஊட்டடித்தாள். பூனாச்சிக்குக் கொடுக்க வேண்டிய தீனி பற்றியும் குட்டிகளுக்குப் பால் பற்றியும் அவர்கள் பேச்சு போய்க்கொண்டே இருந்தது. தங்கள் வாழ்நாளில் இப்படி ஒரு அதிசயத்தைப் பார்க்க நேர்ந்தது பற்றியும் பேசினார்கள். பகாசுரன் பற்றி யாரிடமும் வாய் திறக்கக் கூடாது என்று ஒருவருக்கொருவர் சொல்லிக்கொண்டார்கள். எதற்காக இந்தக் குட்டியைக் கொடுப்பதற்குத் தங்களைத் தேர்வு செய்திருப்பான் அவன்? கிழவிக்கு அவனுக்கு அசுரனாகப் பார்க்க முடியவில்லை. 'மேசாசுர தெய்வமே அப்படி வந்திருக்கும்' என்றாள் கிழவி. 'இருக்கலாம்' என்றான் கிழவன்.

பொழுது விடிந்தது. வெளிச்சத்தில் குட்டிகளை நன்றாகப் பார்க்க முடிந்தது. கடைசிக் குட்டியுடன் சேர்த்து ஐந்தும் கறுப்பு. அடையாளத்தில் எந்த வித்தியாசமும் காணோம். கடைசியும் மூட்டுக்குட்டி. கிடாய்களில் இரண்டு கறுப்பு. இரண்டு செம்மி. மூடுகளோ மூன்றும் கறுப்பு. முதலில் கிடாய்களுக்கும் மூடுகளுக்கும் வித்தியாசம் கண்டுபிடிக்க முடிகிறதா என்று கிழவி முயன்றாள். அத்தனை சுலபமாக இல்லை. செம்மி மடியில் பால் பீச்சும்போது

இதில் சில குட்டிகளை ஊட்டடிக்கலாம் என்று தோன்றியது. இன்றைக்குப் பிரச்சினையிருக்காது. அவ்வப்போது வயிறு நனைந்தால் போதும். குட்டிகள் படுத்துத் தூங்கும். ஓரிரு நாள் கழித்து அதை முயலலாம்.

ஊரில் இருந்த ஒவ்வொருவரும் சேதி கேட்டுப் பார்க்க வந்தார்கள். குட்டிகளை எடுத்துப் பார்ப்பதும் பிடித்துப் பார்ப்பதும் என ஆளாளுக்கு ஏதேதோ செய்தார்கள். ஒருவரையும் தவிர்க்க முடியவில்லை. நல்லவேளையாகக் காதுகுத்து அதிகாரி வரும் தகவல் பரவியதும் ஒவ்வொருவராக நழுவினார்கள். பொழுது ஆளுயரம் போனபோது அதிகாரி குதிரையில் வந்தார். அவருடன் பெருங்கூட்டம் வந்தது. குதிரையையும் ஆட்களையும் பார்த்ததும் வெள்ளாடுகள் பயந்து கத்தின. மிரண்டு கயிற்றை இழுத்துப் புரண்டன. கிழவனுக்கும் கிழவிக்கும்கூடப் பெரும்பயம். அதிகாரியுடன் பேற்றுக்காரனும் வந்து சேர்ந்தான். விசாரணை தொடங்கியது.

'உம் பேரென்ன?' என்றார் அதிகாரி. கிழவனும் கிழவியும் சொன்னார்கள்.

'ஓட்டக் கொண்டா' என்றார் அதிகாரி.

கொட்டகைக்குள் ஓடிப் பானைக்குள் கிடந்த ஓடுகளைத் தேடி எடுத்து வந்தாள் கிழவி. வட்டமாகச் செதுக்கி ராசாங்க முத்திரை வைத்திருந்த ஓடுகள் பானைக்குள்ளேயே கிடந்ததால் கறுத்துப் போயிருந்தன. அதில் இருந்த எண்கள் தெளிவாகத் தெரியவில்லை.

'இது அசல்தானா?' என்றார் அதிகாரியுடன் வந்திருந்த சின்ன அதிகாரி.

'அசல் தானுங்க' என்றாள் கிழவி. ஓட்டை உரசிப் பார்த்தார்கள்.

'ஒழுங்கா வெச்சிருக்கோணும்' என்றார் அதிகாரி. அப்புறம் மேல் விசாரணை தொடங்கியது.

'ஏழு குட்டிங்கறது நெசந்தானா?' என்றார் அதிகாரி வானத்தைப் பார்த்துக்கொண்டு.

'இதோ கூடைக்குள்ள இருக்குது பாருங்க' என்று கிழவி கூடையைக் காட்டினாள்.

'கேட்டதுக்குப் பதிலு. நெசந்தானா?'

'நெசந்தானுங்க.'

‘ஏழான்னு எண்ணிப் பாருய்யா’ என்று பக்கத்தில் இருந்த உதவியாளுக்கு அதிகாரி உத்தரவிட்டார். அவன் கூடைக்குள் வந்து கைவிட்டு ஒவ்வொன்றாக எண்ணிப் பார்த்தான். ‘ஏழு. நெசந்தாங்க’ என்றான். உடனே அதிகாரி பதிவேட்டில் குறித்துக்கொண்டார்.

‘சம்பவம் எப்ப நடந்தது?’

‘என்னதுங்க?’

‘சம்பவம் எப்ப நடந்துது?’

உடனே உதவியாள் கிழவிக்கு அருகில் வந்து ‘ஆடு எப்பக் குட்டி போட்டுதுன்னு கேக்கறாரம்மா’ என்றார்.

‘நேத்து ராத்திரிங்க’ என்றாள் கிழவி.

‘எத்தன மணிக்கு?’ அதிகாரியின் பார்வை கொட்டகையின் கூரைமேல் முட்டி நின்றது.

‘சோறு தின்னுட்டுப் படுக்கலாமின்னு கட்டல எடுத்தங்க. பூனாச்சி கத்தத் தொடங்கீட்டா. அப்பறம் ஒரு பொழுதுக்குள்ள பேறு நடந்திருச்சுங்க’ என்று விவரித்தாள் கிழவி.

பேற்றுக்காரன் முன்னால் வந்து ‘ஒரு ஒம்பது மணி போட்டுக்கங்க’ என்றார்.

ஏழு குட்டிகளுக்கும் எண் ஒதுக்கினார் அதிகாரி. இப்போது மென்காதாக இருப்பதால் இன்னும் ஒருவாரம் கழித்து வந்து காது குத்துவதாகச் சொன்னார். மேலிடத்திற்குத் தகவல் சொல்லியிருப்பதாகவும் அங்கிருந்து யாராவது வந்து கேட்டால் இப்போது என்ன சொன்னார்களோ அவற்றைச் சிறிதும் மாற்றாமல் அப்படியே சொல்ல வேண்டும் என எச்சரித்துவிட்டுப் போனார் அவர். அவர் கிளம்பும்போது அவசர அவசரமாக ஓராள் ஓடி வந்தார். ராசாங்கத்து அறிக்கை தர வேண்டிய சேதியாளாம் அவர்.

அதிகாரியிடம் அவர் கேட்டார் ‘இந்த அதிசயத்துல எதாச்சும் ஏமாத்து இருக்குதுன்னு நெனைக்கறீங்களா?’

அதிகாரி ‘அப்படி ஏதும் இல்லீன்னுதான் தோனுது. எதுக்கும் மேல் விசாரணை நடத்தினாத்தான் உண்மை தெரியும்’ என்று சொல்லிக்கொண்டே நடந்தார்.

கிழவனிடமும் கிழவியிடமும் வந்த சேதியாள் அவர்களிடம் கேட்டான், ‘இப்படி நடந்துச்சுன்னு சொல்றாங்களே, அது உண்மையா?’

கிழவி சொன்னாள் ‘உண்மைதான். பாக்கறீங்களா?’

‘எப்பிடி இது நடந்துச்சு?’

‘மேசாசுரனத்தான் கேக்கோணும்.’

‘ஏழு குட்டி போட்டப்ப உங்க மனநில எப்பிடி இருந்துச்சு?’

‘நானாதம்பி ஏழு குட்டி போட்டன்? வெள்ளாடு போட்டுச்சு.’

‘அதான் அப்ப உங்க மனநிலை எப்பிடி இருந்துச்சு?’

‘மனநிலைன்னா?’

‘அதான் நீங்க அப்ப என்ன நெனச்சீங்கன்னு கேக்கறன்.’

‘நல்லவிதமாப் போட்டுப் பொழைச்சு வரோனும். தாயும் சேயும் விங்கனமில்லாத வந்தரோணுமின்னு நெனச்சன்.’

‘அதில்லீங்க ஆயா. நீங்க எப்பிடி உணர்ந்தீங்கன்னு கேக்கறன்.’

உடனே கிழவன் குறுக்கே வந்தான். ‘ரொம்ப சந்தோசமா உணர்ந்தம் தம்பி. போதுமா?’

‘ம். அதான் கேட்டன். மேற்கொண்டு என்ன செய்யப் போறீங்க?’

‘குட்டிவள வளத்துவோம்.’

‘எப்பிடி வளத்துவீங்க?’

‘பால் குடுத்துத் தீனி போட்டுத்தான்.’

‘இத்தன குட்டிவளுக்கு எப்பிடிப் பால் குடுப்பீங்க? ராசாங்கத்துக்கிட்ட இதுக்கு மானியம் குடுக்கச் சொல்லிக் கோரிக்கை வெக்கலாமே.’

‘ராசாங்கம் ஒன்னும் கோவிச்சுக்காதே தம்பீ.’

‘அதெல்லாம் கோவிச்சுக்காது. ராசாங்கத்துக்கிட்டத் தயவாக் கேட்டாக் கோவிச்சுக்காது.’

‘செரி தம்பி. நீங்க சொன்னாப்பல ராசாங்கம் எதுனா உதவி பண்ணுச்சுன்னா நல்லதுதான். உதவி பண்றமுன்னு குட்டிவளத் தூக்கிக்கிட்டுப் போயர மாட்டாங்களே?’

‘மாட்டாங்க. செரி, கடசியா ஒரு கேள்வி. இது மூலமா நீங்க என்ன சொல்ல விரும்பறீங்க?’

‘என்ன சொல்ல விரும்பனும்?’

‘இது மாதிரி ஏழு குட்டி போடற வெள்ளாடுவள நாங்க வளக்கறம். இதே மாதிரி எல்லாரும் வெள்ளாடு வளக்கனும், அப்பத்தான் நாடு சீக்கிரமா முன்னேறிப் பேரரசாவும். அதனால வெள்ளாடு வளக்கச் சொல்லிக் கேட்டுக்கறீங்கன்னு சொல்லீரலாமா?’

‘செரி, அப்படியே சொல்லீரலாம்.’

அடுத்தடுத்த நாட்களிலும் ராசாங்கத்துச் சேதிக்காரர்கள் இந்த ஊர், அந்த ஊர் என்று சொல்லி வந்துகொண்டே இருந்தார்கள்.

அவர்கள்தொடங்கினார்கள், ‘உங்களப் பத்திச் சொல்லுங்க.’

ராசாங்கம் முழுக்கவும் ஏழு குட்டி அதிசயம் பரவிவிட்டது. பல பேர் நேரில் பார்க்கவென்று கட்டுச்சோறு கட்டிக்கொண்டு வர ஆரம்பித்தார்கள். சில பேர் வரும்போது படம் வரைபவனையும் உடனழைத்து வந்தார்கள். குட்டிகளுக்கு நடுவில் உட்கார்ந்துகொண்டு படம் வரையச் சொன்னார்கள். கிழவனுக்கும் கிழவிக்கும் பெரும் துன்பமாக இருந்தது. பூனாச்சிக்கு அந்தப் பக்கமும் இந்தப் பக்கமும் திரும்பியும் நின்றும் உடல் வெகுவாகச் சோர்ந்துவிட்டது. எதற்கு இத்தனை பேர் வந்துகொண்டே இருக்கிறார்கள் என்று அவளுக்குத் தெரியவில்லை.

குட்டிகளுக்குப் பாலூட்டக் கொடுக்கக்கூட முடியவில்லை. அவர்கள் குட்டிகளை எடுத்துக் கொஞ்சும்போது நசுக்கிக் கொன்றுவிடுவார்கள் போலிருந்தது. சிலர் குழந்தைகளைக் கூட்டி வந்தார்கள். அவை குட்டிகளை இறுக்கிக் கட்டி அமுத்தினார்கள். குட்டிகளைக் கொல்ல வந்த பிசாசுகளைப் போலப் பூனாச்சிக்குத் தோன்றியது. வருபவர்களுக்குப் பதில் சொல்லியும் காட்டியும் அலுத்துப் போன ஒருநாள் ‘பூனாச்சிய ராசாங்கத்துக்கிட்ட ஒப்படைச்சுரலாமா?’ என்று கிழவன் கேட்டான்.

கிழவி சொன்னாள், ‘அதெல்லாம் வேண்டாம். நாளையிலருந்து அதிசயத்தப் பாக்க ஒரு தம்பிடி துட்டுன்னு வெச்சிருவம். மேசாசுரன் கோயில்ல கூட்டம் இருக்கறப்ப அப்பிடித்தான் விதிப்பாங்க.’

‘ஆமா. இலவசம்னா கூட்டம் ஏறிக்கிட்டு வரும். துட்டுனா ஓட்டம் எடுத்துரும்’ என்ற கிழவனுக்கும் அந்த யோசனை சரி என்றே பட்டது.

மறுநாள் காலையில் பூனாச்சியும் குட்டிகளும் இருந்த குடிசையைச் சுற்றிலும் ஓலை வைத்து அடைத்தான் கிழவன்.

பொழுது சற்றே மேலேறியதும் ஒரு கூட்டம் வந்தது. துட்டுக் கொடுத்தால் பார்க்கலாம் என்றதும் சிலர் பின்வாங்கினார்கள். சிலர் மனமில்லாமல் ஒரு துட்டுக் கொடுத்துக் குடிசைக்குள் வந்து பார்த்தார்கள். அடுத்த நான்கு நாட்களில் அந்தப் பக்கம் ஆள் அரவமே இல்லை.

●

19

ஏழு குட்டிகளையும் வளர்க்கப் பூனாச்சியும் கிழவியும் பட்ட பாடு கொஞ்சமல்ல. பூனாச்சிக்கு எவ்வளவு தின்றாலும் போதவில்லை. எல்லாம் மடி வழியே போய்க்கொண்டே இருந்தன. எப்போதும் குட்டிகள் மடி பற்றி ஊட்டிக்கொண்டே இருப்பதாக உணர்ந்தாள். அவள் கால்கள் அகட்டி நின்றே பழகிவிட்டன. எங்கெங்கோ போய் ஏதேதோ கொண்டு வந்து கொடுத்துக் கொண்டேயிருந்தாள் கிழவி. அவளுக்கு இரவும் பகலும் வேலைதான். செம்மியிடம் குட்டிகளை ஊட்டடிப்பது அத்தனை சுலபமாயில்லை. அருகில் போனாலே அவள் அலறி ஓடினாள். பூனாச்சிக்கும் பால் கொடுத்தவள் அவள். இப்போது அவள் குட்டிகளுக்கும் பால் கொடுக்கிறாள்.

கிழவன் அவள் தலையைப் பிடித்து வாயைத் திறந்து வாய்க்குள் கைவிட்டு நாக்கையும் கீழ்த்தாடையையும் சேர்த்து விரல்களால் அழுத்திக் கொள்வான். செம்மி திமிற முடியாமல் அப்படியே நிற்க வேண்டியிருக்கும். பின்னங்கால்களை விரித்துப் பிடித்துக் குட்டிகளை விடுவாள் கிழவி. குட்டிகளிலும் வகை பிரித்து வைத்திருந்தாள். பூனாச்சியில் நான்கு குட்டிகளை ஊட்ட விடுவாள். செம்மியிடம் மூன்று குட்டிகளை விடுவாள். தினமும் காலையிலும் மாலையிலும் இது பெரிய போராட்டமாக இருந்தது. பூனாச்சிக்குக் கொடுத்தது போலவே ஊட்டுச்சவ்வில் நீத்தண்ணியைப் புகட்டினாள். தேங்காய்ப் புண்ணாக்கு நீரும் கொடுத்தாள். வாசலில் குட்டிகள் ஊர்ந்து விளையாடின.

எப்போதும் எச்சரிக்கையாக நடக்க வேண்டியிருந்தது. காலில் லேசாக மிதிபட்டால் அவ்வளவுதான்.

ஒருநாள் இரவில் கிழவி சொன்னாள், 'அதிசயத்தக் காப்பாத்த உசுரு போவுது.'

'தூர இருக்கறவங்களுக்கு அதிசயம். பக்கத்துல இருக்கறவங் களுக்குத் தொந்தரவு' என்றான் கிழவன் பெருமூச்சோடு.

'ஆமா. இந்தக் கருமாந்தரத்த அந்தப் பகாசுரன் எதுக்கு நம்மகிட்டக் கொண்டாந்து ஒப்படச்சுட்டுப் போவோணும்? முடியாதவங்க தலமேல பாரத்தச் சொமத்தறதே வேலயாப் போச்சு.'

'அதத்தான் நானும் யோசிச்சுப் பாத்துக்கிட்டு இருக்கறன். ஒன்னும் புடிபடல.'

'பூனாச்சி மூலமா நம்மளுக்கு என்னமோ சொல்ல அந்த மேசாசுரன் அனுப்புன ஆளா இருக்குமோ.'

'என்னமோ சொல்றதுக்கு நாம என்ன அத்தன பெரிய ஆளுவளா?'

'அதான?'

'பேசாத ஆளுக்கொரு குட்டியக் குடுத்து அனுப்பீட்டு ரண்டு மூன மட்டும் நாம வெச்சிருந்திருக்கலாம்.'

'அந்த எண்ணம் வல்ல பாத்துக்க. ஏழையும் இந்த ஏழைவளே வளக்கோனும்னு ஆச. இந்த மனசு இருக்குதே அதுக்கு எத்தன குடுத்தாலும் போதாது.'

'இன்னொருக்காச் சொல்லு.'

'இந்த மனசு இருக்குதே அதுக்கு எத்தன குடுத்தாலும் போதாது.'

'இத நமக்குப் புரிய வெக்கத்தான் பூனாச்சியக் குடுத்தானோ?'

'இத நாம புரிஞ்சு என்னாவப் போவுது?'

'அதான.'

'அதுக்கு இத்தன கஷ்டத்தயா குடுக்கோணும்? மொதல்ல தெரிஞ்சிருந்தா ஆருக்காச்சும் குடுத்துட்டுப் போயிருக்கலாம். நமக்கு எதும் புரிய வேண்டாம் போ.'

'அடுத்த ஈத்து ஏழு போட்டுச்சுன்னா ஆளாளுக்கு ஒன்னொன்னக் குடுத்தரலாம்.'

‘அடுத்த ஈத்து வரைக்கும் இந்தக் கருமாந்தரத்த வெச்சிருக்கலாமா?’

‘ஆமாம் போ. ஒருத்தன் நம்ம கையில் ஒப்படைச்சுட்டுப் போன சொத்து இது. என்னன்னாலும் மொதல வித்தறக் கூடாது. இன்னம் ஒரு வருசம், ரண்டு வருசம் கழிச்சு வந்து நாங் குடுத்தத எப்பிடி வெச்சிருக்கறீங்கன்னு கேட்டா என்ன சொல்றது?’

‘வந்து கேட்டா வித்துத் தின்னுட்டம்னு சொல்லீரலாம். தலயவா தூக்கீருவான்?’

‘இருந்தாலும் மனசு கேக்கலியே.’

‘அவனுக்கென்ன நாம அடிம ஓலயா எழுதிக் குடுத்திருக்கறம்?’

அவர்கள் பேச்சு இப்படியே விரிந்து போயிற்று. ஒரு முடிவுக்கும் வர இயலவில்லை. வாழ்நாள் முழுக்கவும் கஷ்டம். எது வந்தும் கஷ்டத்தைத் தீர்க்கவில்லை. மழையும் ஓடி ஒளிந்து ஒளிந்து கண்ணாமூச்சு காட்டுகிறது. என்னதான் செய்வது? குடியானவர்கள் எப்படித்தான் வாழ்வது?

பூனாச்சி முன்பு இருந்ததைவிட மிகவும் இளைத்துப் போயிருந்தாள். வயிறு ஒடுக்கு விழுந்தது. கண்கள் குழிந்தன. வாயெடுத்துக் கத்தவும் சத்தில்லை. குட்டிகள் மடிக்கு வந்தாலே காலை உதைத்துக்கொண்டு ஓடத் தொடங்கினாள். எப்போதாவது ஒருமுறை நின்றாள். குட்டிகள் வேறு வழியற்றுப் புல் பொறுக்கத் தொடங்கின. இதற்கிடையே செம்மி சினையாயிற்று. ஊத்தனை விற்றார்கள். கள்ளி அளவாக இரண்டே குட்டிகளை ஈன்றாள். அதைப் பார்க்கப் பார்க்கப் பூனாச்சிக்குப் பொறாமையாக இருந்தது. இரண்டும் இருகாம்புகளைப் பிடித்து ஊட்டுவதும் தாயாடு கண்களை மூடி அசை போட்டு நிற்பதும் காண ஏன் தனக்கு இப்படி வாய்க்கவில்லை என்று வருந்தினாள்.

குட்டிகள் பிடித்திழுத்துத் தன் காம்புகள் அறுந்துவிட்டதோ என்றும் சில சமயம் அவளுக்குத் தோன்றும். பாலுக்குப் பதிலாக ரத்தம் வடிகிறதோ என்றும் நினைக்கிறபடி மடி எரியும். எப்படியோ குட்டிகள் வளர்ந்தன. அவை வாசல் முழுக்கவும் ஓடித் திரிவதும் குதித்து விளையாடுவதும் சந்தோசம் தருவதும் உண்டு. மேய்ச்சல் காட்டில் எல்லாம் வெள்ளையும் செம்மியுமாக இருக்கும்போது தன் குட்டிகள் தனிக்கூட்டமாய் இருள் அசைவது போலத் துள்ளித் தாவுவதை ஆசையோடு பார்ப்பாள். தான் பிறப்பித்துவிட்ட உயிர்களே எங்கும் உலவுவது போலத் தோற்றம் காட்டுவதைப் பெரிதும் விரும்புவாள். இன்னும் இரண்டு மூன்று

ஈத்துகள் போன பின் இந்தக் காடு முழுவதும் தன் சந்ததியே நிறைந்திருக்கும் எனப் பெருமை கொண்டாள். ஆனால் இன்னும் சில ஈத்துகள் இப்படிக் கஷ்டத்தை அனுபவிக்க முடியுமா என்றும் எண்ணம் வரும்.

இந்த ஈத்தின் மூன்று மூட்டுக்குட்டிகளுக்கும் நல்ல கிராக்கி இருந்தது. பெரும்பட்டிக்காரர்கள் கிழவனிடம் வந்து சொல்லி வைத்துப் போனார்கள். பெண்கள் சிலர் வலியனாக வந்து கிழவியிடம் பிரியமாய்ப் பேசிவிட்டுப் போகும்போது 'மூட்டுக்குட்டியில ஒன்னு எனக்குக் குடுத்தரோணும்' என்று கோரிக்கை வைத்தார்கள். இந்தக் குட்டிகளை வைத்து வளர்க்க அவர்களால் முடியாது என்று எல்லாருக்கும் தெரிந்திருந்தது. ஈத்துக்கு ஏழு குட்டி போடும் வம்சம் என்றால் வெகுவிரைவில் பட்டி பெருகிவிடுமே. பட்டி நிறைய ஆடுகளை வைத்து ஆள் போட்டு மேய்க்கும் பெருங்குடியான அசுரர்கள் வளர்க்கும் குட்டிகளுக்குப் பால் பிரச்சினை இல்லை, பராமரிப்புப் பிரச்சினையும் இல்லை. யாருக்குக் கொடுப்பது எனத் தீர்மானிக்க முடியாமல் கிழவனும் கிழவியும் குழம்பினார்கள்.

அந்த இரவில் கிழவன் இப்படித் தொடங்கினான்: 'அடுத்த மாசம் மவ ஊட்டு நோம்பி வந்துருமே. அதுக்கு இந்தக் குட்டிவள ஓட்டிக்கிட்டு எப்பிடிப் போறது?'

கிழவனின் கவலை புரிந்த கிழவி யோசித்தாள். போன வருசமே பெருங்கஷ்டமாயிற்று. பூனாச்சி மலங்காட்டுக்குள் மாட்டிக்கொண்டதும் உழும்பன் செத்துப் போனதும் அவற்றால் பட்ட சிரமமும் மனதில் இருந்தன. இந்த முறை சிரமமில்லாமல் போய்வர வேண்டும். மகள் வீட்டுக்குப் போவதை நிறுத்தவும் முடியாது. நோம்பியின்போது போனால் அவளுக்கு உதவியாக இருக்கும். கையில் இருக்கும் காசில் ஏதோ முடிந்ததைக் கொடுத்தும் வரலாம். அதனால் இருவரும் அன்றைக்கு இரவெல்லாம் பேசி முடிவெடுத்தார்கள்.

செம்மி சினையாடு. இன்னும் ஒருமாதம் ஒன்றரை மாதத்தில் குட்டி போடுவாள். மகள் வீட்டுக்குப் போகும்போது நிறைசினை ஆட்டை ஓட்டிப் போவது கஷ்டம். குட்டி போட்டுவிட்டால் பூங்குட்டிகளோடு யாத்திரை போகவும் முடியாது. அதனால் செம்மியை விற்றுவிட முடிவு செய்தார்கள். பூனாச்சியின் கிடாய்க் குட்டிகள் இன்னும் இடுப்புப் பலக்கவில்லை. கறிக்காரர்கள் வாங்க யோசிப்பார்கள். இன்னும் இரண்டு மூன்று மாதமாவது மேய்த்தால் அப்புறம் விற்கலாம். ஆனால் மூட்டுக்குட்டிகளுக்கு இப்போதே கிராக்கி இருக்கிறது. அவை மூன்றையும் விற்றுவிடலாம்.

இப்படி முடிவெடுத்தபோது கிழவன் கேட்டான், 'இது நல்ல வர்க்கமாச்சே. மவ ஊட்டுக்கு ஒரு குட்டியக் குடுத்திரலாமா?'

கிழவியால் உடனே பதில் சொல்ல முடியவில்லை. அவள் ரொம்பவும் யோசித்த மாதிரி இருந்தது.

'ஊருக்கெல்லாம் குடுக்கும்போது தனக்குக் குடுக்கலீன்னு நெனக்க மாட்டாளா? அவ ஊட்டுக்காரனும் ஒறவுக்காரங் களுந்தான் என்ன நெனைப்பாங்க?' என்றான் கிழவன்.

மகளுக்குக் கொடுக்கும் யோசனையைக் கிழவி நிராகரித்து விட்டாள். குழந்தைகளை வைத்துக்கொண்டு மகள் இரவும் பகலும் இடைவிடாமல் வேலை செய்கிறாள். ஆடுகள் இருக்கின்றன. மாடுகள் இருக்கின்றன. நிலமோ குறைவுதான். என்றாலும் ஓய்வில்லாத வேலை. இதில் ஏழு குட்டி போட்டால் அவற்றை அவள் எப்படிப் பராமரிப்பாள்? தான் பட்ட கஷ்டம் தன் மகளுக்கு வேண்டாம் என்பது கிழவியின் எண்ணம். மகள் ஏதேனும் வருத்தப்பட்டால் தான் சொல்லிச் சமாளித்துக்கொள்வதாகக் கிழவி தெரிவித்தாள்.

சாதாரணர்களிடம் அதிசயம் எதற்கு? அதைக் கட்டிக் காப்பாற்றுவதும் போற்றுவதும் அவர்களால் ஆகக்கூடியதல்ல. அதிசயத்தைப் பார்க்கலாம். கேட்கலாம். சொல்லி மகிழலாம். உடன் வைத்துப் பராமரிக்க இயலாது. அதுவும் பராமரிப்பில் பெண்கள் படும் கஷ்டம் சொல்லி மாளாது. அவள் எதை எதையெல்லாம் பராமரிப்பாள்? புருசனைப் பராமரிக்க வேண்டும். மாமனார் மாமியார்களைப் பராமரிக்க வேண்டும். பிள்ளைகளைப் பராமரிக்க வேண்டும். ஆடு மாடுகளைப் பராமரிக்க வேண்டும். எத்தனை எத்தனை. மகளுக்கு இதைச் சொல்லிப் புரிய வைத்துவிடலாம் எனக் கிழவி நினைத்தாள். ஆகவே மகளுக்குக் குட்டி எதுவும் வேண்டாம் எனத் தீர்மானமாகச் சொல்லிவிட்டாள்.

●

20

ஊருக்குப் போக இன்னும் முழுதாக ஒரு மாதம் இருந்ததால் இப்போதே அவற்றை விற்பது குறித்த தகவலைப் பரப்பிவிட்டால் நல்லது. யார் அதிக விலை கொடுக்கிறார்களோ அவர்களுக்கு விற்கலாம். போட்டி இருப்பதால் வேண்டியவர் வேண்டாதவர் என்று பார்க்க வேண்டாம் என முடிவு செய்தார்கள். உள்ளூர்க்காரர்கள் கட்டாயம் கோபிப்பார்கள். சுற்று வட்டாரத்தில் தெரிந்தவர்கள் கோபிப்பார்கள். எல்லாரும் கேட்டார்களே தவிர, சிறு உதவிக்கு வந்த ஆள் உண்டா? துரும்பைக் கிள்ளிப் போடவும் சொந்த விரல்களைத்தானே நம்ப வேண்டியிருந்தது.

செம்மியை விற்கத்தான் சந்தைக்குப் போக வேண்டியிருந்தது. பூனாச்சியின் மூட்டுக்குட்டிகளை விற்கப் போவதான செய்தி மேய்ச்சல் காட்டில் தொடங்கி ஊருக்குள் புகுந்து எங்கெங்கோ போய்க்கொண்டிருந்தது. பூனாச்சி ஏழு குட்டிகளை ஈன்றபோது பரவியது போலவே இப்போதும். தினமும் பத்துப்பேர் வந்தார்கள். குட்டிகளைச் சும்மா தூக்கிக் கொடுத்தால் வாங்கலாம் என்பது போல அவர்கள் விலை கேட்டார்கள்.

ஒருவன் சொன்னான் 'இதென்ன பனமரத்து முட்டிக்குத் தல மொளச்சாப்பல இருக்குது. இதுக்குப் போயி இத்தன வெல சொல்ற?'

இன்னொருவன் சொன்னான் 'ஏழு குட்டி போடும். அது வெள்ளாக்குட்டியா இருக்குமா?'

ஒவ்வொருவருக்கும் கிழவன் பதில் சொன்னான். அவன் பதில் பெரும்பாலும் இப்படியிருந்தது, 'அதுங்க வவுத்துக்கு எங்களால ஒழுங்காக் குடுக்க முடியில. நீங்க குடுத்தீங்கன்னா ஒவ்வொரு குட்டியும் கன்னுக்குட்டியாட்டம் வளத்தீரலாம்.'

வந்தவர்களில் பெரும்பாலானவர்கள் வியாபாரிகள். அவர்கள் போக்கு கிழவனுக்குப் புரியும். எந்தப் பொருளை வாங்க வேண்டுமோ அதை முடிந்த அளவுக்குக் கீழிறக்குவார்கள். அடுத்தடுத்து நான்கைந்து பேர் சேர்ந்தும் இதைச் செய்வார்கள். யாராவது ஒருவருக்குக் கிடைத்தால் போதும் என்னும் கணக்கு அவர்களுக்குள் இருக்கும். உதட்டைப் பிதுக்கிக்கொண்டு ஏதும் பேசாமலே போய்விடுவார்கள். எங்கே பொருளே விற்காதோ என்னும் பயத்தைக் கிளப்பிவிடுவார்கள்.

எல்லாம் கிழவனுக்குப் புரிந்திருந்தன. என்ன ஆனாலும் சரி, வியாபாரிகளுக்குக் கொடுக்கக்கூடாது என்று மனதில் எண்ணம் வைத்திருந்தான். ஆனால் அதைச் சொல்லவில்லை. அவர்களிடம் இணக்கமே காட்டினான். அவர்கள் பயமுறுத்தும்போது பயப்படுவது போல நடித்தான். விற்காமல் போய்விடுமோ எனப் பதறிப் பாவனை செய்தான். அவற்றை வளர்க்கத் தான் செய்த செலவுகளைப் பலவிதமாகக் கூட்டிச் சொன்னான். பாலுக்கு மட்டுமே வெகுவாகத் துட்டு செலவழித்திருப்பதாகச் சொன்னான். நல்ல தீனி வாங்கிக் கொடுத்துத் தாயிடம் பால் சுரக்கச் செய்ததாகவும் சொல்லிப் புலம்பினான். போட்ட துட்டுக்கூட வரவில்லை என்றால் எதற்கு விற்க வேண்டும் என அழுதபடியே கேட்டான்.

வியாபாரிகள் குழம்பிப் போனார்கள். இந்த ஆட்டுக்காரர் களுக்கு நடிக்கத் தெரியாதே. இவன் சொல்வது உண்மையாக இருக்குமோ. கிழவன் வைத்த விலையும் மிக அதிகம்தான். அப்படி வைத்தால்தான் ஏறி வருவார்கள் என அனுபவத்தில் கண்டிருந்தான். பேச்சை வெகுவாகக் குறைத்துவிட்டான். பேரதிசயம் தன்னிடம் இருக்கும் மமதை கொண்டவனைப் போல முகத்தை இறுக்கமாக்கியும் தலையைச் சற்றே அண்ணாந்தும் நின்றான். குட்டிகளைப் பார்க்க வருபவர்களை மேய்ச்சல் காட்டுக்குத்தான் வரச் சொன்னான்.

செய்தி பரவிப் பதினைந்து நாட்களில் எதுவும் நடக்கவில்லை. இன்னும் பதினைந்து நாட்களே இருந்தன. கடைசி நேர அவசரத்தில் வந்த விலைக்குக் கொடுத்துவிட நேருமோ எனப் பயம் வந்திருந்தது. கிழவியும் அதற்கேற்றாற் போலத் தினமும் அவனைத் தூற்றினாள். அவனது உத்தி அவளுக்குப் புரியவில்லை. 'பேராச புடிச்சவன்' என்றும் 'வித்துத் தொலைக்காத என்னுருச

116 பெருமாள்முருகன்

எடுப்ப' என்றும் கரித்துக் கொட்டினாள். அதற்கேற்ற மாதிரி வியாபாரிகளின் வருகையும் குறைந்தது. கிழவனை விட்டுப் பிடிக்கும் தந்திரத்தை அவர்கள் கையாண்டார்கள்.

தன் போக்கு சரியா தவறா எனக் குழப்பம் வந்து தீவிரமாகக் கிழவன் யோசித்துக்கொண்டிருந்த ஒருநாள். அந்தி நேரத்து மேய்ச்சல் முடிந்து வீடுகளுக்கு ஓட்டும் நேரத்தில் தூர தேசத்து ஆள் ஒருவன் வந்து சேர்ந்தான்.அவன் பேச்சும் நடவடிக்கைகளும் பெரிய இடம் போலத் தெரிந்தன. கிழவனின் நீண்ட கோவணத்தையும் வெற்றுடம்பையும் மேலும் கீழுமாகப் பார்த்தான். குட்டிகளைப் பார்த்தான். வயிறு நிறைந்து அந்நேரத்தில் குட்டிகள் ஒன்றோடொன்று முட்டிக்கொண்டும் ஒன்றின் மேல் ஒன்று தாவிக்கொண்டும் விளையாடின. அவற்றின் அருகில்கூடப் போகவில்லை அவன். ஆனால் பெருமூச்சு விட்டான். இன்னும் எப்படி இருந்திருக்க வேண்டிய குட்டிகள் இவை என்று நினைப்பது போலிருந்தது பெருமூச்சு. பூனாச்சியையும் அவன் இரக்கத்துடன் பார்த்தான்.

பின் நேரடியாகக் கேட்டான்.

'தாயும் சேயும் சேத்து வெலச் சொல்றயா?'

'இல்ல மூனு மூட்டுக்குட்டிங்க மட்டுந்தான் விக்கறது' என்றான் கிழவன் கோபமாய்.

'என்ன சொல்ற?' என்றான் வந்தவன்.

கிழவன் விலையைச் சொன்னான்.

'செரி, அப்படியே வாங்கிக்க. மூட்டுக்குட்டிக்குத் தர்ற அதே துட்டக் கெடாக்குட்டிக்கும் தர்றன். கெடாக்குட்டி நாலையும் சேத்துக் குடுத்திரயா?' என்று கேட்டான் அவன்.

அப்போதுதான் அவன் சும்மா நோட்டம் பார்க்க வந்தவனல்ல என்பது புரிந்தது. ஏதோ விசயத்தோடும் திட்டத்தோடும்தான் வந்திருக்கிறான். கிழவன் அவன் பேச்சில் கவனம் கொள்ளத் தொடங்கினான். சாதாரண விலைக்குக் கிடாய்களே விற்கவே இன்னும் இரண்டு மூன்று மாதம் மேய்க்க வேண்டும் என்று நினைத்திருந்தான் கிழவன். இப்போதே மூட்டுக்குட்டிகளுக்குச் சமமான விலை கிடாய்களுக்கும் வருகிறது என்றால் மறுபேச்சேது? கிழவியிடம் கேட்டுச் சொல்கிறேன் என்றுகூடக் கிழவன் சொல்லவில்லை.

'ஏழையும் சேத்துப் புடிச்சிக்கோ' என்று சொல்லிவிட்டான்.

பூனாச்சியின் மேல் கண் வைத்தபடியே 'தாய்க்கு என்ன வெல சொல்ற?' என்றான் அவன்.

‘பாத்தயா மொதலுக்கே மோசம் பண்றயே நீ. தங்கந் தங்கமாக் குடுத்தாலும் தாயக் குடுக்கமாட்டா என்னூட்டுக்காரி’ என்றான் கிழவன்.

இருந்தாலும் சந்தேகம் இருந்தது. குட்டிகளை வளர்க்கப் பெரும்பாடு பட்ட சோர்வில் பூனாச்சியை விற்கவும் அவள் ஒத்துக்கொள்ளலாம் என்று தோன்றியது. இன்னொரு ஈத்து குட்டி போட்டால் அப்போது பராமரிப்பது இன்னும் கஷ்டமாக இருக்கும். அதனால் புது ஆளிடம் சொன்னான், ‘எதுக்கும் ஒருவார்த்த என்னூட்டுக்காரியக் கேட்டுச் சொல்றன்.’

கிழவனுக்குப் பின்னாலேயே அவன் வந்தான். வீட்டுக்குக் கொஞ்ச தூரம் இருக்கும்போதே நின்றுகொண்டான். கிழவியிடம் பேசிவிட்டுக் கூப்பிடும்படியும் அதுவரைக்கும் இங்கேயே இருப்பதாகவும் சொல்லிவிட்டான். மிகப் பெரிய நாகரிகவான் என்னும் எண்ணம் கிழவனுக்கு வந்தது. வீட்டுக்குப் போய் வெள்ளாடுகளைக்கூடக் கட்டாமல் கிழவியிடம் விஷயத்தைச் சொன்னான். கிழவிக்கும் அது வியப்பாக இருந்தது. ஆனால் பூனாச்சியைக் கொடுக்க அவள் சம்மதிக்கவில்லை.

‘இன்னொரு ஈத்து வெச்சிப் பாப்பம்’ என்றாள். எத்தனை கஷ்டம் வந்தாலும் இந்தப் பிடிமானம் குடியானவர்களுக்கே உரியது. இன்னும் கொஞ்ச நாள் பார்க்கலாம், பார்க்கலாம் என்று தள்ளிப் போட்டுக்கொண்டே வருவார்கள். கிழவிக்கு அது அதிகம். ஆனால் கிடாய்களை விற்கச் சம்மத்திதாள். ‘இன்னும் கொஞ்சம் கூடுதலாக விலை சொல்லியிருக்கலாமோ’ என்று கிழவனுக்குத் தோன்றியது.

‘உம் பேராசைக்கு அளவில்ல போ. இதும் போயிருச்சின்னா அப்பறம் ஆளுக்கு எங்க போறது? மொதல்ல ஆளக் கூப்புட்டுச் சாமி சாமியா இருப்ப, புடிச்சிக்கிட்டுப் போப்பான்னு கையில குடுத்துரு. இந்த மனசு இருக்குதே அதுக்கு எத்தன குடுத்தாலும் போதாது’ என்றாள் கிழவி.

‘ஆமாமா. மறந்தே போயிட்டன் பாரு. இந்த மனசு இருக்குதே அதுக்கு எத்தன குடுத்தாலும் போதாது’ என்று சிரித்தான் கிழவன்.

கையசைப்பைப் புரிந்துகொண்டு அந்த ஆள் வந்தான். தாயைக் கொடுப்பதில்லை என்று சொன்னதும் அவன் ஏதும் வற்புறுத்தவில்லை. கணக்குப் போட்டுக் கிழவன் கேட்டதற்கு மேலாகத் துட்டை எடுத்துக் கொடுத்தான். அவனுக்குக் கொடுக்க மீதத் துட்டு கிழவனிடம் இல்லை. ‘இருக்கட்டும்’ என்றான் அவன்.

மீதத் தொகையே ஒரு குட்டிப் பணம். எப்படியாவது அதைத் திருப்பிக் கொடுத்துவிட நினைத்தாள் கிழவி. பானைக்குள் கிடந்த துட்டுக்களைப் பொறுக்கிச் சேர்த்துக் கொண்டுவந்தாள்.

அந்த ஆள் சொன்னான், 'ஆயா. அடுத்த ஈத்து குட்டி போட்டாச் சொல்லியனுப்பு. போட்டதியும்கூட ஒன்னு ரண்ட வந்து வாங்கிக்கிறன். அதுக்கு அச்சாரமா இத வெச்சுக்க.'

அவன் சிரிப்பு சொல்வது உண்மைதான் என்பதைக் கிழவிக்கு உணர்த்தியது. அப்போது எங்கிருந்தோ வண்டி ஒன்று வந்தது. எருமைக் கிடாய்கள் பூட்டிய மாட்டுவண்டி. அதன்மேல் இரண்டு பேர் இருந்தார்கள். புது ஆளுடன் வந்த வேலைக்காரர்களைப் போலத் தெரிந்தார்கள். அவர்கள் இறங்கிக் குட்டிகளைப் பிடித்து வண்டியில் ஏற்றி முளைக்குச்சியில் குட்டிகளைக் கட்டினார்கள்.

என்ன நடக்கிறது என்றே பூனாச்சிக்குப் புரியவில்லை. ஒருவரைக்கூட விடாமல் தன் பிள்ளைகள் எல்லாரையும் கூண்டோடு ஏற்றுவதைக் கண்டு பதறிக் கத்திக்கொண்டே வண்டிக்கருகில் ஓடினாள். குட்டிகளும் தீனக்குரல் கொடுத்தன. அவை மேலிருந்து கத்த இவள் கீழிருந்து கத்த ஒரே சத்தமாக இருந்தது.

'என்னூட்டுக்கு வர்றமின்னு உம்மவ சொல்றாயா. உடு' என்றான் ஆள்.

'மவள உட்டுட்டு நான் எங்க போயி எரந்து குடிக்கட்டும்?' என்றாள் கிழவி.

'அதுக்காவ மவள உன்னூட்டுலயே வெச்சுக்குவியா? என்னைக்கிருந்தாலும் இன்னொருத்தர் ஊட்டுக்குப் போவ வேண்டிவதான' என்றான் ஆள்.

பேச்சில் நல்ல கைகாரன் என்று தோன்றியது. கிழவியும் விடவில்லை. 'அவ என்னூட்டுக்கு வந்த மருமவ. வம்சத்தப் பெருக்க வந்த சீமாட்டி' எனப் பெருமை பொங்கச் சொன்னாள்.

பூனாச்சியின் கயிற்றைக் கையில் பிடித்துக்கொண்டாள். குட்டிகள் பூனாச்சியைப் பார்த்துக் கதறக் கதற வண்டி நகர்ந்தது. பூனாச்சியும் இழுத்துப் பார்த்தாள். கிழவி கொண்டுவந்து குடிசைக்காலில் கட்டிப் போட்டாள். 'எதுக்கு இப்பிடிக் கனைக்கற? நானுந்தன் எம்மவளக் கட்டிக் குடுத்துட்டுத் தனியாக் கெடக்கறன். பருவம் வந்திருச்சுன்னாப் பறந்து போயிரும். நாம கவலப்படக் கூடாது' என்று பூனாச்சியிடம் வெகுநேரம் பேசினாள். எனினும் பூனாச்சிக்கு அன்றைய இரவு கண்ணீருடன்

கழிந்தது. வாசல் முழுக்க நிறைந்திருந்த தன் வம்சம் இப்போது வெறிச்சென்று போய்விட்டதே. ஆறேழு மாதமாக மடி கொடுத்து ரத்தம் பீய்ச்சி வளர்த்ததன் பயன் இதுதானா? ஒரே ஒரு குட்டிகூடக் கண்ணில் காண இல்லையே. ஏன் எனக்கு மட்டும் இப்படி அமைகிறது?

இருக்கும்போது ஒழிந்தால் நல்லது என்று தோன்றியதுண்டுதான். அவ்வெண்ணம் உண்மையல்ல. இயலாமையில் வந்தது. இந்தச் சில மாதங்களாகவே அவளது உலகம் குட்டிகளோடு என்றாகியிருந்தது. ஏதோ தான் வாழ்வதற்கும் ஓர் அர்த்தம் இருப்பதாகப் பட்டது. எல்லாம் இவ்வளவுதானா? பூனாச்சியால் தாங்க முடியாமல் ஓங்கிக் கதறி அழுதாள். எருமை வண்டியில் போய்க்கொண்டிருக்கும் தன் குட்டிகளின் காதில் தன் குரல் போய் விழும் என்று நம்பினாள். அதன்பின் கிழவி எதுவுமே சொல்லவில்லை. பூனாச்சியைத் திட்டவும் இல்லை. கட்டுப்படுத்தவும் இல்லை. தானாகக் கத்தி அடங்கட்டும் என்று நினைத்திருப்பாள்.

கிழவனுக்கு அன்றைக்கெல்லாம் பெரும் சந்தோசம். கை நிறையத் துட்டு. மகள் வீட்டுக்கு நினைத்ததற்கு மேலே செய்யலாம். மீதத்தில் தன் கையகலக் காட்டில் என்னென்ன திருத்தங்கள் செய்யலாம் என்று யோசித்துக்கொண்டிருந்தான். எருமை வண்டியோடு அவனும் போனான். குட்டிகளை விற்ற செய்தியைத் தெரிவித்துப் பதிவாக்க வேண்டும். அப்போது புதுஆளுடன் பேசிச் சென்றான். மூட்டுக்குட்டிகள் ஏழு குட்டி ஈனும் என்பது மட்டுமல்ல, இந்த வர்க்கக் கிடாய்களும் ஏழு குட்டி கொடுக்கும் ஆண்மை கொண்டிருக்கக் கூடும் என்பது அவன் கணக்கு எனப் புரிந்தது. கிழவன் அவன் எண்ணத்தை ஆமோதித்தான். மற்ற வெள்ளாடுகளோடு இந்தக் கிடாயைச் சேர விட்டுச் சினையானவை ஈனுவதைப் பார்ப்பது அவன் திட்டம். எப்படியோ செய்யட்டும். துட்டிருப்பவன் என்ன வேண்டுமானாலும் செய்யலாம்.

வேலை முடிந்து திரும்பும்போது வழியில் தெரிந்த நகைக்காரர் வீட்டைக் கடக்க நேர்ந்தது. அப்போது கிழவனுக்கு யோசனை வந்தது. இந்தக் கிழவி எத்தனையோ காலமாகத் தன் காதுக்குக் கொப்பும் கழுத்துக்குச் சரடும் கேட்டுக்கொண்டே இருக்கிறாள். வயசுக் காலத்தில் செய்து கொடுக்க முடியவில்லை. பூனாச்சியின் குட்டிகள் கொடுத்த பணத்தில் ஏதாவது வாங்கித் தரலாம் என்று யோசித்தான். இதுநாள் வரைக்கும் இல்லாத தாராளத் தன்மையை அந்தப் பணம் கொடுத்திருந்தது. கிழவியின் காதுக்குக் கொப்பும் சரடும் வாங்கினான். மகளுக்கு வளையல்களும் பேத்திகளுக்குச்

சங்கிலியும் பேரனுக்கு அரைஞாணும் வாங்கினான். அப்பவும் கையில் துட்டு மிகுந்திருந்தது. இத்தனை கால உழைப்பில் அவனுக்கு இப்படி ஒரு துட்டு ஒருபோதும் கிடைத்ததில்லை. அந்தப் பகாசுரனுக்குக் கோயில் கட்ட வேண்டும் என்று மனம் நெகிழ்ந்து நினைத்தான்.

அவன் வாங்கி வந்தவற்றை எல்லாம் பெருமிதத்தோடு கிழவி அணிந்துகொண்டாள். காதில் கொப்பும் கையில் வளையல்களும் கழுத்தில் சங்கிலி சரடுகளும் எனப் போட்டுப் பார்த்து வெட்கம் கொண்டாள். பூனாச்சி கொடுத்தவை இவை என்று நினைத்து அன்றைக்கு ரொம்பவும் கொஞ்சினாள். பெருமகிழ்ச்சியில் கிழவனும் கிழவியும் தூங்கவேயில்லை. குட்டிகளை வாரிக் கொடுத்த துக்கத்தில் பூனாச்சியும் தூங்கவில்லை.

●

21

முதல் வருச யாத்திரை போல இந்த வருசம் அமையவில்லை. வெள்ளாட்டுக் கூட்டத்தில் கள்ளியாடு, இரண்டு குட்டிகள், பூனாச்சி ஆகிய நான்கே பேர்கள்தான். குட்டிகள் இரண்டுக்கும்கூடக் கிழவன் கயிறு போட்டுவிட்டான் ஆளுக்கு இரண்டாகக் கயிற்றைக் கையில் பிடித்துக் கொண்டார்கள். ஓரிடத்திலும் சும்மா விடவில்லை. மேய்க்கும் போதும் ஆளுக்கொரு பக்கம் நின்று கொண்டார்கள். இல்லாவிட்டால் மேவு உள்ள இடத்தில் கட்டிவிட்டு அவர்கள் சாப்பிடவோ ஓய்வெடுக்கவோ செய்தார்கள். இந்தப் பயணத்தில் பூனாச்சியின் இன்னொரு பயனை அவர்கள் மிகவும் உணர்ந்தார்கள்.

குட்டிகளுக்குப் பூனாச்சி பால் கொடுத்துக் கொண்டிருந்தாள். ஆகவே தினமும் காலையிலும் மாலையிலும் அவள் மடிக்கு நீர் அடித்துக் கழுவிக் காம்புகளைச் சுரக்கச் செய்து பால் பீய்ச்சினார்கள். ஒவ்வொரு வேளையும் ஒரு சொம்பு பால் பூனாச்சி கொடுத்தாள் அப்போதுதான் நல்ல பால் வர்க்க வெள்ளாடு பூனாச்சி என்பது புரிந்தது. இதுவரைக்கும் பூனாச்சியிடம் பால் கறக்கும் சந்தர்ப்பம் வாய்க்கவில்லை. எப்போதும் பால் போதவில்லை என்பதுதான் நினைவில் இருந்தது. ஏழு குட்டிகளுக்குப் பால் கொடுத்திருக்கிறாள் பூனாச்சி என்பது கிழவிக்கு நன்றாக உறைத்தது. வழியில் இருக்கும் ஊரில் வெள்ளாட்டுப் பால் விற்றார்கள். முடியாதபோது ஆளுக்குக் கொஞ் சமாகக் குடித்துப் பசியாறினார்கள். இப்படி ஒரு சுவைப்பாலைக் கிழவன் கண்டதில்லை. ஏதோ வெல்லம் போட்டுக் காய்ச்சிய பால் மாதிரி தெரிந்தது.

பாலே பிடிக்காத கிழவியைக் குடித்துப் பார்க்கச் சொல்லிக் கிழவன் வற்புறுத்தினான். குடித்தாள். மொச்சையடிக்கும் பால் அல்ல இது. அசுர இனத்திற்கே கிடைக்காத அமிர்தம். கட்டுச்சோறு தீர்ந்த பிறகு வழியில் அவர்கள் பசியாறவும் பால்தான். பூனாச்சி ஓர் அதிசயம்தான் என்று நினைத்தார்கள்.

பூனாச்சிக்கு அந்தப் பயணம் மிகவும் மந்தமாக இருந்தது. போன வருசம் இருந்த அம்சம் என்ன, இந்த வருசம் இருப்பதென்ன? முக்கியமாக அவள் கழுத்தில் கயிறு அப்போது இல்லை. இப்போது திருகாணி போட்டுப் பிணித்த நீளக் கயிறு. கயிற்றின் எல்லைக்குள் தான் முழு நடமாட்டமும். கொஞ்சம் கடந்தால் உடனே கயிறு பிடித்து இழுக்கும். நகரவும் கயிறு விடாது. யாரும் இல்லாதபோது கயிற்றை வாயால் கடித்துக் குதறி அகற்றிவிட அவள் முயன்றிருக்கிறாள். அது சாத்தியப்படவில்லை. கற்றாழை நார் திரித்துக் கிழவனே பின்னிய கயிறு. அரிவாள் கொண்டு வெட்டினால்தான் அறும். தானாகத் தேய்ந்து அறுவதற்குள் கிழவன் புதுக்கயிறு தயாரித்துவிடுவான்.

இருவரும் பாராட்டும் அன்பெல்லாம் கயிற்றின் நீளத்திற்குள் அடங்கிவிடுகிறது என்று பூனாச்சி நினைத்தாள். குட்டிகளைப் பராமரிக்கக் கஷ்டமாக இருந்தபோது இந்தக் கிழவியே பூனாச்சியைக் கண்டபடி திட்டியிருக்கிறாள். பீடை, பிசாசு என்றெல்லாம் பேசினாள். குட்டி விற்ற காசு வந்ததும் அப்படியே மாறிப் போனாள். நகைகளை எல்லாம் மடிப்பைக்குள் போட்டுச் சேலைக்குள் மறைத்துக்கொண்டு நடக்கிறாள். இதுநாள் வரை திருட்டுக்குப் பயப்படாத அவர்கள் இப்போது பயந்து பயந்து எச்சரிக்கையாகப் போகிறார்கள். பூனாச்சி தரும் பாலைக் குடித்துப் பசியாறியதும் 'எங்கொலசாமி மேசய்யா நீதான்' என்று கொஞ்சுகிறாள் கிழவி. பூனாச்சிக்கு எல்லாம் புரிந்துதான் இருந்தது. என்றாலும் என்ன செய்ய முடியும்? கயிற்றின் இழுப்புக்கேற்ப நடப்பதைத் தவிர.

வழியெல்லாம் பூனாச்சிக்குப் பூவன் நினைப்புக்கும் பஞ்சமில்லை. அவன் இப்போது இருக்க வாய்ப்பில்லை. கறிக்காரருக்கு விற்றிருப்பார்கள். இல்லாவிட்டால் ஒடையடித்து அவனை வெறும் பிண்டமாக்கியிருப்பார்கள். அவனிருந்த இடத்தை யாரால் நிரப்ப முடியும்? அங்கே போய் அவனில்லாமல் வெறுமையாக நாட்களைக் கழிக்க வேண்டும். வழியும் சரி, நினைப்பும் சரி எதுவுமே நன்றாக இல்லை. பூனாச்சிக்கு எல்லாவற்றின் மேலும் வெறுப்பாக இருந்தது. இதற்கிடையே ஓர் ஊரில் தங்கியிருந்தபோது கிழவனை ஒருவன் அடையாளம் கண்டு 'இதுதானே ஏழு குட்டி போட்ட அதிசய வெள்ளாடு?' என்று கேட்டான். கிழவன் தலையசைத்து ஆமோதித்தான்.

உடனே அவன் பூனாச்சிக்கு அருகில் வந்து அவளைத் தொட்டுப் பார்க்கவும் குனிந்து மடியைப் பார்க்கவும் என்று காட்சிப் பொருள் ஆக்கினான். ஊருக்குள் போய்ச் சொல்லிச் சிலரைப் பார்க்கக் கூட்டி வருவதாகவும் தெரிவித்தான். உடனே கிழவனுக்கு வேறொரு ஆசை வந்தது. 'ஏழு குட்டி போட்ட ஆட்டைத் தொட்டுப் பார்க்க வேண்டும் என்றால் துட்டு உண்டு' என்று அறிவித்தான். அதன்படி வருபவர்களிடம் வசூலிக்கத் தொடங்கினான். பெரும்பாலானோர் தூரத்தில் நின்றே பார்த்தார்கள். தொட்டுப் பார்க்க வருபவர்களிடம் ஒரு துட்டு வாங்கினான். ஆனால் அதில் அவன் எதிர்பார்த்த வருமானம் வரவில்லை. பூனாச்சிக்கு அந்த ஏற்பாடு நல்லதாகவே தோன்றியது. இல்லாவிட்டால் பலரும் வந்து தொட்டுத் தொட்டு உயிரை எடுத்திருப்பார்கள். அடுத்தடுத்த ஊர்களிலும் இந்தத் தகவலைச் சொல்லிக் கிழவன் கட்டணம் வசூலித்தான். ஏதோ வழிச்செலவுக்கு ஆயிற்று போலும். கிழவி சொன்னாள், 'இந்த மனசு இருக்குதே அதுக்கு எத்தன குடுத்தாலும் போதாது.' 'ஆமாமா' என்று ஆமோதித்துச் சிரித்தான் கிழவன்.

பூனாச்சியின் நினைப்புக்கு மாறாகப் பூவன் உயிருடன் இருந்தான். அவனுக்கும் ஒடையும் அடிக்கவில்லை. கொஞ்சம் உடல் பெருத்தும் முகத்தில் வயதான தோற்றம் கொண்டும் அவன் தெரிந்தான். உருண்டைமுகம் அப்படியே இருந்தது. ஆனால் கொஞ்சம் சோர்வு சேர்ந்திருப்பதாகப் பட்டது. உடல் நிறம் இன்னும் துலங்கிக் கண்ணுக்குப் பளிச்சென்றிருந்தது. முகமச்சம் சுருங்கிப் பொட்டுப் போல மாறியிருந்தது. அவன் கொம்புகள் நீண்டு நேர்கொண்டு நின்றன. பொருமியைத்தான் காணவில்லை. விற்றிருப்பார்களா, வேறு எங்காவது கட்டியிருப்பார்களா என்று தெரியவில்லை.

பூவனைக் கட்டியிருந்த இடத்திற்கும் அவளைக் கட்டிய இடத்திற்கும் பத்தடி தூரமிருக்கும். ஆனாலும் அவனை நன்றாகக் கவனிக்க முடிந்தது. அவனுக்கும் பூனாச்சி வந்ததில் பெரும் சந்தோசம். முதலில் மீண்டும் மீண்டும் அவளையே பார்த்தான். சட்டென அடையாளம் காண முடியவில்லையோ என்று பூனாச்சிக்குத் தோன்றியது. தன் தோற்றம் அந்த அளவுக்கா மாறிவிட்டது எனத் தன்னையே பார்த்துக்கொண்டாள். இருக்கும். போனமுறை இங்கே வந்தபோது பருவம் கூடாத சிறுபெண். இப்போதோ ஏழு பிள்ளைகளை ஒரே பேற்றில் ஈன்று வளர்த்துப் பறி கொடுத்து எல்லாத் துன்பங்களையும் கண்டு சோர்ந்திருக்கும் உருவம். கிழடு தட்டியிருக்கக் கூடுமோ? அவள் கத்தித் தன்னைத் தெரிவிக்க முயன்றாள். தோற்றத்தில் மாற்றம் என்றாலும் குரலால் அவன் அடையாளம் கண்டுகொண்டான்.

உடனே இதுவரை தான் இழந்த எல்லாம் கிடைத்துவிட்டதாக நினைத்தான்.

இருவரும் ஒருவரை ஒருவர் அறிந்ததும் கயிற்றை மறந்து இழுத்தார்கள். கயிற்றின் நீளம் கடந்து எட்டி வைத்து இருவரும் தலையை நீட்டினார்கள். கயிறு பின்னிழுத்தது. பூனாச்சி எட்டிக் காலை வைத்துத் தலையை நீட்டினாள். அவள் முகம் நீண்டு அவனை நோக்கிச் சென்றது. அவனும் அதே போலத் தலை நீட்டி முகத்தை முன்னுக்குக் கொண்டுவந்தான். இருவரின் வாயும் ஒன்றையொன்று தொட்டன. அவன் மூச்சு பூனாச்சிக்கு நன்றாகக் கேட்டது. கயிறு மட்டும் இல்லாமல் இருந்தால் அவன் கழுத்தில் தலைவைத்து அழுது புலம்பி தன் ரணத்தையெல்லாம் ஆற்றியிருப்பாள். எனினும் அவன் வாய் வந்து தன் படிந்த உதட்டில் பட்டதும் அவன் கொடுத்த முத்தங்கள் நினைவு வந்து கிறங்கிப் போனாள். யாரோ ஒருவர் அதற்குள் 'கவுறு அறுந்து போயர்ற அளவுக்கு எதுக்கு இப்பிடி இழுக்குதுவ?' என்று சொல்லிப் பூனாச்சியின் முகத்தில் அடித்தார். பூவனுக்கும் அடி விழுந்தது. உடனே பூனாச்சி கயிற்றுக்குள் வந்துவிட்டாள்.

அன்றைக்குப் பகலில் மேய்ச்சல் காட்டுக்குப் போனார்கள். எல்லா வெள்ளாடுகளும் சேர்ந்து மேய்ந்தன. இருவருக்குமே அண்ணாங்கால் போட்டிருந்தார்கள். ஆனாலும் இருவரும் சந்தித்துக்கொள்ள எந்தப் பிரச்சினையும் இல்லை. ஒன்றாகவே மேய்ந்தார்கள். போன வருசம் போலவே நல்ல நல்ல தழைகளை எல்லாம் பூவன் காட்டிக் கொடுத்தான். தன் ஊரில் இந்தத் தழைகள் இல்லையா, தனக்குக் காட்டித் தர ஆளில்லாததால் தெரியவில்லையா என்று பூனாச்சி நினைத்தாள். குறுகலாக அண்ணாங்கால் போட்டிருந்தாலும் அவன் ஒற்றைக் காலைத் தூக்கித் தலை நிமிர்த்தி அவளைப் பல இடங்களுக்கும் கூட்டிச் சென்றான். இளைப்பாறும்போது இருவரும் ஒரே இடத்தில் ஒருவரோடு ஒருவர் உரசும்படி படுத்தார்கள். ஒருவருசக் கதை முழுவதையும் அவனிடம் சொல்லிவிட்ட மாதிரியும் அவனும் முழுதாகப் புரிந்துகொண்டது போலவும் பூனாச்சிக்குத் தோன்றியது.

'நீ இருப்பீன்னு நெனைக்கவே இல்ல' என்றாள் பூனாச்சி.

'நான் இருப்பன்னு நானே நெனைக்கல. வெள்ளாட்டுக் கெடாய்க்கு எப்ப வேண்ணாலும் சாவு வரலாம். கறிக்குச் சாவுவோம். பலிக்குச் சாவுவோம். அதனால உன்னோட இருக்கறனே, இது மாதிரி கெடைக்கற கணத்துல வாழ்ற நிமிச வாழ்க்கைதான் எனக்கு' என்று பூவன் சொன்னான்.

பூனாச்சி பதில் சொன்னாள், 'பொட்டச்சிக்கு மட்டும் என்னவாம்? பெத்தும் வளத்தும் படற பாட்டுக்குச் செத்துப்

பூனாச்சி அல்லது ஒரு வெள்ளாட்டின் கதை

போயிரலாம். உன்னய இப்பப் பாத்துட்டன். இன்னமே சாவப் பத்தி எனக்குக் கவலயே இல்ல.'

இன்னும் ஏதேதோ பேசினார்கள். அந்தி மயங்கும்போது மேய்ப்பன் அவர்களை விரட்டினான். வீட்டுக்குப் போகவே பிடிக்கவில்லை. என்றாலும் பூவனும் உடன்வருவதால் அவள் நடந்தாள். குடிசைக்கு வரும் வெள்ளாடுகளைப் பார்த்து மகளிடம் கிழவி 'எங்க கண்ணு, அந்தப் பொருமிக் குட்டிய உட்டுட்டுப் போனமே, அவளக் காணாம்?' என்று கேட்டாள்.

மகள் கிசுகிசுப்பாகத் தாயிடம் சொன்னாள், 'அதயேங் கேக்கற. என்னூட்டுக்காரன் தங்கச்சி வந்தா. அவளூட்டுல வெள்ளாடே இல்லீன்னு சொல்லிக் கேட்டான்னு இதப் புடிச்சுக் கொண்டுக்கிட்டுப் போன்னு குடுத்திட்டாங்க. செனையாகிக் குட்டி அப்பிடியே நெகுநெகுன்னு இருந்துச்சு. எங்கம்மா குடுத்த சீரு இதுன்னு நானும் மொனவிப் பாத்தன். எந்தங்கச்சிக்கு அம்மா வூட்டுச் சீரு குடுக்க வேண்டாமான்னு சிரிக்கறான் அவன். நான் எங்க போயிச் சொல்லி அழுவன்?'

மகள் கண்ணீர் சிந்துவதைக் கண்டு ஆறுதலாக 'இதெல்லாம் சம்சார ஊட்டுல இருக்கறதுதாங் கண்ணு. உடு' என்று சொல்லித் தேற்றினாள்.

பொருமி அங்கே இல்லாதது பூனாச்சிக்குச் சந்தோசத்தைக் கொடுத்தது. அவள் பூவனின் மூலமாகச் சினையாகியிருப்பாளோ என்று நினைத்தபோது முகம் சுருங்கினாள். சரி, பூவன் இதுநாள் வரைக்கும் எப்படிச் சும்மா இருந்திருக்க வேண்டும் என்று எதிர்பார்ப்பது தப்பு என்று தனக்கே சொல்லிக்கொண்டாள்.

அன்றைக்கு இரவு இருவரையும் எதேச்சையாக அருகருகே கட்டினார்கள். பூனாச்சி தன் உடலில் பெரும் மாற்றத்தை உணர்ந்தாள். போனமுறை பூவனைப் பிரிந்து சென்று சில நாள் கழித்துப் பட்ட அதே அவஸ்தை. அவனருகே போய் நின்றாள். அவளிடமிருந்து வரும் புதிய வாசனையை அறிந்தான். மிகுந்த பரவசத்துடன் அவன் அவளை அணுகினான். அவளிடமிருந்து சிறுசத்தம் இல்லை. கூவி அழைக்கும் கூப்பாடு இல்லை. வேதனை கொண்ட கத்தல் இல்லை. அவனருகில் இருந்ததால் தன்னை முழுக்க அவனிடம் ஒப்படைத்தாள். பூவனுக்குக் குதூகலமாக இருந்தது. அவன் ஒவ்வொரு அணுவாகத் தனக்குள் புகுவதைப் பூனாச்சி அறிந்தாள். அவனை அப்படியே பிடித்துத் தனக்குள் இருத்திக்கொள்ளும் வேகம் வந்தது.

அவளுக்கு ஏற்ற மாதிரியே அவனும் நடந்துகொண்டான். இந்த இரவு முடியவே கூடாது என்று பூனாச்சி நினைத்தாள்.

அவளுடலின் ரகசியங்களை அவளுக்கே அறியத் தந்தான் பூவன். அவனுடல் அண்மையின் புதுமைகளையும் உணர்த்தினான். இரவு வெகுநேரத்திற்குப் பிறகே இருவரும் படுத்தார்கள். அப்போதும் துயில் வரவில்லை. பூவன் தன் நாக்கால் பூனாச்சியை வருடிக்கொண்டே இருந்தான். பூனாச்சியும் பதில் கொடுத்தாள். அவர்களையும் அறியாமல் கண்மூடி ஆழ்துயில் கொண்ட பொழுதில் ஏதேதோ அரவம் கேட்டது. வெள்ளாடுகள் எல்லாம் அஞ்சி எழுந்தார்கள். இன்னும் விடிய ரொம்ப நேரம் இருந்தது போலப் பட்டது. பூனாச்சியும் பூவனும் எழவில்லை.

விளக்குக் கொண்டுவந்து பூவனை எழுப்பினார்கள். பூனாச்சியும் திடுக்கிட்டு எழுந்தாள். பூவனின் கயிற்றை அவிழ்த்து இழுத்துக்கொண்டு போனார்கள். அவளுக்கு எதுவுமே புரியவில்லை. கையற்றுக் கத்தினாள். ஏதோ ஆபத்து என்று கருதி எல்லா வெள்ளாடுகளும் கத்தின. அக்குரல் அரவத்தில் பூனாச்சியின் குரல் மட்டும் அவனுக்கும் கேட்டிருக்கக் கூடும். அவன் கொடுக்கும் பதில் குரல் அவளுக்குக் கேட்டது. என்ன சொல்கிறான்? போய் வருகிறேன், கவலைப்படாதே என்கிறானா? இல்லை, அவன் குரலில் பிரிவின் பெருந்துயர் படிந்திருந்தது. இருளில் தொலைவிலிருந்தும் அவன் துயரக்குரல் அவளுக்கு வந்தது. இந்நேரத்திற்கு எங்கே அவனைக் கொண்டு செல்கிறார்கள்? பூனாச்சியோடு அவன் பழகுவது அவர்களுக்குப் பிடிக்கவில்லையோ? யார் யாரோடு பழக வேண்டும், யார் யாருடன் இருக்க வேண்டும் என்பதை எல்லாம் சம்பந்தம் இல்லாதவர்கள் தீர்மானிக்கிறார்களே, எப்படி? பூனாச்சி அதற்குப் பின் படுக்கவேயில்லை. பூவன் போன திசையையே பார்த்தபடி நின்றாள்.

பூவன் உடலாகக் காலையில் வந்தான். கூடை ஒன்றில் மடித்துப் போட்டுத் தூக்கி வந்த அவன் உடலை வாசலில் கீற்றின் மேல் தூக்கிப் போட்டபோதுதான் பூனாச்சி பார்த்தாள். தலையைக் காணோம். கூடைக்குள் கிடக்கக்கூடும். தலையை வெளியே எடுக்காமல் இருந்தால் பரவாயில்லை. பூனாச்சி முகத்தை வேறுபக்கம் திருப்பிக்கொண்டாள். இரவிருந்த பூவன் இப்போது பிணமாய். பெரும் ஈர்ப்பைக் கொடுத்துத் தனக்குள் புகுந்த உடலா இது? எப்படி? அவனை மேசாசுரனுக்கு நேர்ந்துவிட்டிருந்தார்கள். நோம்பி நாளின் முடிவில் பலி கொடுத்திருக்கிறார்கள்.

அவன் உடலைத் தூக்கிக் கட்டுவதையும் தோல் உரிப்பதையும் அரவங்களால் உணர்ந்தாள் பூனாச்சி. எல்லாத் துயரங்களுக்கும் மேலான துயர் இது. அழுதபடியே நின்றாள். ஒருசமயம் அவளுக்குத் தோன்றியது. பூவன் உடல் அல்ல

அது. அவன்தான் உடலால் என்னுள் புகுந்துகொண்டானே, பின்னர் அவனுக்கென உடல் ஏது என்று நினைத்தாள். இரவில் படிப்படியாய் அவன் புகுந்த விதத்தை உணர்ந்திருந்தாள். ஆக அவனை இனிமேல் தான்தான் காப்பாற்ற வேண்டும். தனக்குள் இருக்கும் அவனை வின்னம்படாமல் காப்பாற்றிவிடலாம். இப்படிப் புகுவதற்காகத்தான் இந்த ஒருவருசமும் அவன் உயிர் பிழைத்திருந்திருக்கிறான். அந்தக் கடமை நிறைவேறியதும் கிளம்பிவிட்டான். இந்த மேசாசுரன் இந்த அளவுக்காவது விட்டானே.

அன்றைக்கு ஆடுகளை மேய்ச்சலுக்கு விடவில்லை. அருகில் இருந்த தீவனப்போரில் கட்டினார்கள். பூனாச்சி ஒருவாய்கூடத் தீனி எடுக்கவில்லை. பூவன் உடலின் பச்சைப் பசும்வாசம் அவள் நாசியில் ஏறியது. அவன் உடல் வெந்து கரியும் நாற்றம் வந்தது. எல்லாவற்றையும் முடிந்தவரைக்கும் பிடித்து உள்ளே வைத்துக்கொண்டாள். பூவன் இருந்த இடத்தைப் பார்த்தபடியே இரவெல்லாம் நின்றாள். இரண்டு நாள் இப்படியே கழிந்தது. தனக்குள் இருக்கும் பூவனைக் காப்பாற்றவேனும் உயிரை வைத்திருக்க வேண்டும் என்று நினைத்துத் தீனியைக் கொ்ரிக்க ஆரம்பித்தாள். அடுத்த நாள் விடிகாலையில் கிழவனும் கிழவியும் பூனாச்சியையும் கள்ளியையும் அதன் குட்டிகளையும் பிடித்துக்கொண்டு கிளம்பினார்கள்.

கிழவியின் மகள் வந்து சொன்னாள், ‘அடுத்த ஈத்துல எனக்கொரு மூட்டுக்குட்டி குடுத்தரோனும். எப்பிடியாச்சும் நான் காப்பாத்தி வெச்சுக்குவன். அதும் இதும் சாக்குச் சொல்லக்கூடாதும்மா’ என்று உரிமையோடு சொன்னாள்.

‘இந்தப் பூனாச்சியவே வெச்சிக்கன்னு இப்பவே உட்டுட்டுப் போயிருவன். இன்னங் கொஞ்ச காலம் கழிச்சுப் பட்டீனாப் போதும். இப்பவே வேண்டாம். நான் பாத்து வெச்சிருந்து குடுக்கறன். உனக்கில்லாத ஆருக்காயா’ என்று கிழவி சமாதானங்கள் சொல்லிக்கொண்டே புறப்பட்டாள். நடந்தபோது பின்னிருந்து பூவன் குரலெடுத்து அழைப்பது போலப் பூனாச்சிக்கு உணர்வு. சட்டெனத் திரும்பிப் பதில் குரல் கொடுத்தாள். அது வாசல் வேம்பில் பட்டு எதிரொலித்து அவளிடமே வந்தது.

●

22

பூனாச்சி சினையானதை இரண்டு மாத முடிவில்தான் கிழவி கண்டுகொண்டாள். இன்னும் சினையாகவில்லையே என்னும் கவலையோடு தினமும் பால் கறந்து கொண்டிருந்தவளுக்குப் பால் அளவு குறைவதையும் பாலின் தன்மை மாறுவதையும் கவனிக்க முடிந்தது. பூனாச்சியின் உடலில் மினுமினுப்புக் கூடியிருந்தது. முற்றிய மயிர்கள் உதிர்ந்து புதுமயிர்கள் தோன்றி உடலை மூடின. கிழவனும் கிழவியும் இரவில் பேசி ரொம்பநாள் ஆயிற்று.

'நமக்குத் தெரியாத இந்தப் பூனாச்சி எப்பச் செனையானா? கெடாயில்லாத செனையாகற அதிசயமும் இருக்குமா?' என்றாள் கிழவி.

கிழவனும் பலவிதமாக யோசித்துப் பார்த்தான். சினைப் பருவத்தில் கொழாயடித்துக் கத்தி ஊரைக் கூட்டாத வெள்ளாடு உண்டா? இதனிடம் எந்த அறிகுறியும் தென்படவே இல்லையே. துணைக்கு அழைப்புவிடும் ஒற்றைக்குரல்கூடக் கேட்கவில்லையே. தானாகச் சினையாகி இருக்குமா? மேய்ச்சல் காட்டில் எந்தக் கிடாயோடும் கூடிக் குலவி மாதிரியும் தெரியவில்லையே.

ஒருவழியாக ஊகித்துக் கிழவன் சொன்னான், 'நோம்பிக்குப் போனப்ப மவ ஊட்டுலதான் செனையாகி இருக்கோணும். அப்பத்தான் ஒருவாரம் நாம வெள்ளாட்டுவளயே பாக்கலியே.'

இருந்தாலும் கிழவிக்கு ஏற்பில்லை. இது எப்படி நடந்தது என்பதற்கு ருசுவில்லை. என்னதான்

இருந்தாலும் ஒருசத்தம் கொடுக்காமல் வெள்ளாடு எப்படிச் சினையாகும்? இணையழைப்புக் குரல் கிடா சேர்த்தி இரண்டு மூன்று நாட்களுக்குக்கூட அவ்வப்போது வருமே. பூனாச்சியிடம் அப்படி எதுவும் கேட்கவே இல்லையே. எத்தனை நாள் சினையாக இருக்கும் என்றும் தெரியவில்லை. நோம்பிக்குப் போனபோது சினையாகியிருந்தால் குட்டி போடும் நாளை வைத்துக் கண்டுபிடித்துவிடலாம். அந்த நாளை எதிர்பார்த்திருந்தாள்.

அந்த வருசம் மழையே பெய்யவில்லை. சேமித்து வைத்திருந்த தவசங்களைக் கொண்டு எப்படியோ ஆட்கள் சமாளித்தார்கள். ஆடுமாடுகளுக்கு என்ன செய்வது? தீவனப் போர்கள் குறைந்து வந்தன. கிழவன் வெகுதூரக் காடுகளுக்கு ஆடுகளை மேய்க்க ஓட்டிப் போனான். எல்லாப் பக்கமும் ஒரே மாதிரிதான். இருப்பினும் பூனாச்சியைக் கிழவி நன்றாகவே கவனித்தாள். கையில் கிடைக்கும் ஒரு சருகைக்கூட எடுத்து வந்து பூனாச்சிக்குக் கொடுத்தாள். பூனாச்சி தின்னவில்லை என்றால் எப்போதாவது ஆகும் என நினைத்துத் தீவனப்போரில் போட்டுச் சேர்த்தாள். கைக்காசைச் செலவழித்துப் பருத்திக்கொட்டையும் புண்ணாக்கும் வைத்துத் தேற்றினாள். ஏழு குட்டிகளைச் சுமப்பவள் ஆயிற்றே. இந்த ஈற்றில் குட்டிகளின் எண்ணிக்கை குறைந்தால் பரவாயில்லை என்று கிழவன் நினைத்தான். கிழவிக்கும் அதுதான் எண்ணம். ஆனால் அது தங்கள் கையில் இல்லை என்பதும் புரிந்திருந்தது. இந்த ஈற்றில் போடும் கிடாய்க் குட்டிகளில் ஒன்றை மேசாசுரனுக்கு விட்டுவிட வேண்டும் என்றாள் கிழவி. போன வருசமே விட்டிருக்க வேண்டும். எல்லாம் மாறிப் போய்விட்டது. இரண்டு வேண்டுதலை இருக்கிறது. இந்த வருசம் ஒரு குட்டி. அடுத்த வருசம் ஒரு குட்டி. கிழவனும் அதற்கு ஒத்துக்கொண்டிருந்தான்.

முதல் ஈற்றைப் போலச் சிரமம் ஏதும் இல்லாமல் மேய்ச்சல் காட்டிலேயே குட்டிகளை ஈன்றாள் பூனாச்சி. கிழவன்தான் உடனிருந்தான். மேய்ப்பரில் ஒருவன் பார்த்துச் சொன்னான். கிழவன் ஓடி வந்தான். அங்கிருந்த எல்லாரும் ஓடி வந்தார்கள். ஏழு குட்டி போடும் அழகைப் பார்ப்பதில் ஆர்வம். பூனாச்சியை வீட்டுக்குக் கொண்டுபோய் விட வேண்டும் என நினைத்தான் கிழவன். இத்தனை பேர் பார்த்துக் கண் பட்டுவிடலாம். ஏழு பூங்குட்டிகளை எப்படித் தூக்கிக்கொண்டு போவது?

அவன் கவலையைப் பூனாச்சி உணரவில்லை. வலியால் கொஞ்ச நேரம் துடித்தவள் பின் கீழே படுத்து முக்கினாள். புழுக்கையை விடவும் வேகமாகக் குட்டிகள் வந்து விழுந்தன. வாய் மேல் இருந்த மூடாக்கை அகற்றுவதுதான் கிழவன் செய்த

வேலை. அதற்கும்கூட ஒருவன் உதவிக்கு வந்துவிட்டான். ஒன்றுகூடக் குறையவில்லை. இந்தமுறையும் ஏழு குட்டிகள். ஆனால் ஐந்து மூட்டுக்குட்டிகள். இரண்டு கிடாய்கள். மூட்டில் இரண்டும் கிடாயில் ஒன்றும் தூவெள்ளை நிறம். தாடையில் பூவனுக்கு இருந்த மாதிரி கருமச்சம் மூன்றுக்கும் அப்படியே இருந்தன. எல்லாக் குட்டிகளையும் பூனாச்சி நக்கிக் கொடுத்தாள். ஆளனுப்பினான் கிழவன். கூடையைக் கொண்டு வந்தாள் கிழவி. வழக்கம் போல எல்லாம் நடந்தன.

காதுகுத்து அதிகாரி இந்த முறை நேரில் வரவில்லை. அங்கேயே பதிந்துகொண்டார். மழையில்லாமல் எங்கும் காய்ந்து கிடந்ததால் மக்களுக்கு அன்றாடப் பாடே பெரிய விஷயமாக இருந்திருக்கக்கூடும். உள்ளூரில் சிலரைத் தவிர யாரும் காண வரவில்லை. இத்தனைக்கும் மேய்ப்பர்கள் மூலமாகச் சேதி மிகப் பரவலாயிற்று. பெருஞ்சேதிக்கார ஆட்களில் எவரையும் காணோம். இதைவிடவும் வேறு முக்கிய சேதிகள் இருந்திருக்கக் கூடும். அதிசயம் எப்போதாவது நடப்பது. அடிக்கடி நடந்தால் சாதாரணம்.

பூனாச்சி ஈன்ற இரண்டாம் நாள். முன்பு எல்லாக் குட்டிகளையும் வாங்கிப் போன அந்த ஆள் எருமை வண்டியுடன் வந்து சேர்ந்தான். அவன் முகத்தில் சுரத்தில்லை. குட்டிகள் வாசலில் தளர்நடை போடுவதை அவன்பார்த்தான்.

கிழவனிடம் சொன்னான், ‘அந்த மூட்டுக்குட்டிவ வெவ்வேற சமயத்துல செத்துப் போச்சுங்க. நாஞ் செரியாக் கவனிக்கலயா, இல்ல அதுதான் விதியான்னு தெரீல. ஒன்னக்கூட வளத்த முடியில. கெடாய்ங்க இன்னம் இருக்குது. அதுங்க செனையாக்குன வெள்ளாடுங்க எதும் இன்னம் குட்டி போடல. போட்டாத்தான் தெரியும்.’

கிழவனுக்கும் கிழவிக்கும் வருத்தமாக இருந்தது. அவன் சொல்லிலும் முகத்திலும் பொய்யில்லை. முதல் போட்டு வாங்கிச் சென்றவருக்குத் திருப்தி இல்லை என்றால் எப்படி? ஆனாலும் இந்த முறையும் எதற்கு வந்தான்?

அவன் மேலும் சொன்னான், ‘இப்பேர்ப்பட்ட வர்க்கத்தப் பெருக்காத எப்பிடி உடறது? என்ன செஞ்சுனாலும் பெருக்கியே ஆவோனும். அதான் இப்பவும் வந்தன். இந்தமுறை பூங்குட்டியில இருந்து நல்லா ஊட்டங் குடுத்து நானே வளத்துப் பாக்கறன்.’

மழை இல்லாத நாளில் ஏழு குட்டிகளை வைத்துக்கொண்டு என்ன செய்வது என்றுதான் அவர்கள் யோசனையும் இருந்தது. இரண்டு கிடாய்களையும் மூட்டுக்குட்டி ஒன்றையும்

பூனாச்சி அல்லது ஒரு வெள்ளாட்டின் கதை ❀ 131 ❀

வைத்துக்கொண்டு நான்கை அந்த ஆளுக்குக் கொடுத்துவிடச் சம்மதித்தார்கள். பூவனைப் போலிருந்த மூட்டுக்குட்டி, அதே போன்ற கிடா, பூனாச்சியைப் போன்றிருந்த இன்னொரு கிடா ஆகியவை தங்கின. கருங்கிடாயை மேசாசுரனுக்குக் கிழவி நேர்ந்து விட்டிருந்தாள். இந்த முறை கிழவன் விலையேதும் சொல்லவில்லை. அந்த ஆள் எவ்வளவோ கேட்டும்கூட விலை சொல்ல மறுத்துவிட்டான். பின் அவனாக ஒரு விலை நிர்ணயம் செய்து கொடுத்துவிட்டுக் குட்டிகளை எடுத்துச் சென்றான். அவன் கொடுத்த விலை சந்தை விலையைவிட மிகவும் அதிகம்தான். இப்போதும் பேரும் ஊரும் கேட்டபோது சிரித்தானே தவிர ஏதும் சொல்லவில்லை.

மூன்று குட்டிகளுக்குப் பூனாச்சியிடம் நன்றாகவே பாலிருந்தது. குட்டிகள் கரையானைப் போலக் காம்புகளைப் பற்றி அரித்தெடுக்கும் வேதனையும் வலியும் இப்போது இல்லை. கிழவிக்கும் பெருங்கவனிப்பு வேலையில்லை. கள்ளியாட்டையும் அதன் குட்டிகளையும் சேர்த்து விற்றார்கள். இருந்தவை பூனாச்சியும் அவளுடைய மூன்று குட்டிகளும் மட்டுமே.பசுமை எங்குமே இல்லை. நிலங்கள் கண்ணுக்கெட்டிய தொலைவுவரை தாராளமாகத் தெரிந்தன. பூனாச்சியை மேய்க்கக் கொண்டு போகும் வேலையே இல்லை. அவிழ்த்து விட்டுவிடுவார்கள். அவளால் எதுவரை போக முடிகிறதோ அதுவரைக்கும் போய் மேய்வாள். எல்லாம் வரப்புறக்கள்தான்.

குட்டிகள் அவள்மேல் ஏறியும் புரண்டும் குதித்தும் விளையாடின. குழந்தை சுகத்தை இப்போதுதான் அவள் அனுபவித்தாள். கிடாய் ஒன்றும் மூடு ஒன்றும் பூவனைப் போலவே இருந்ததால் அவனே தன்னருகில் இருப்பதாக நினைத்துக்கொண்டாள். குட்டிகளுக்கு மூன்று மாதம் ஆகியிருக்கும். அப்போது எதற்கோ கிழவன் தன் மகள் வீட்டுக்குப் போக நேர்ந்தது. கையோடு பூனாச்சியின் மூட்டுக்குட்டியைக் கயிறு போட்டுப் பிடித்துச் சென்றான். இன்னும் பால்குடி மாறாத குட்டி. என்றாலும் மகள் ஏற்கனவே பிடிவாதமாய்ச் சொல்லியிருக்கிறாள். அதனால் குட்டி அங்கே போயிற்று.

●

23

பூனாச்சியும் இரண்டு கிடாய்களும்தான் இருப்பு. அதனால் பூனாச்சிக்கு இந்த முறை பூவனின் நினைப்பு சீக்கிரமாகவே வந்தது. ஓரிரவில் அவன் வந்து காதுகளில் கிசுகிசுத்துக் கழுத்தைத் தழுவுவது போலத் தோன்றியது. சட்டென அவளையும் அறியாமல் விரகக் குரல் கொடுத்தாள். இரவு முழுக்கவும் அப்படிக் கத்தத் தோன்றியது. கிழவி இந்தச் சமிக்ஞையை உணர்ந்துகொண்டாள். 'பஞ்ச காலத்துல உனக்குப் புரசன் கேக்குதா?' என்று திட்டினாள். ஆனால் அடுத்த நாள் மேய்ச்சல் காட்டுக்கு அவளை ஓட்டிப் போனாள். அந்தப் பக்கம் பூனாச்சி போயே மாதக் கணக்காகிவிட்டது. காட்டில் கூட்டமே இல்லை. மழை இல்லாததால் பலபேர் ஆடுகளை வந்த விலைக்கு விற்றுச் சுமையைக் குறைத்துக்கொண்டார்கள்.

வெள்ளாடுகளையே காணவில்லை. எங்கும் செம்மறி மயம். அவை மண்ணைப் பொறுக்கித் தின்றும் வாழும். வெள்ளாட்டுக்குக் கடிக்கக் கொத்துத் தழை வேண்டும். ஆனாலும் ஓர் இளங்கிடாய் மந்தையில் இருந்தது. பூனாச்சியின் நசிய வாசனை பிடித்து ஓடி வந்தது. பெருங்கதறலோடு அவள்மேல் வந்து உராய்ந்தது. அதன் ஒவ்வொரு செயலிலும் பதற்றமும் வேகமும். உதடுகளால் பூனாச்சியில் மேல் முழுக்கக் கடிக்கப் பார்த்தது. அவளைச் சுற்றிச் சுற்றி வந்து உழும்பியது. பூனாச்சிக்கு அவசரமே இல்லை. அக்கிடாயின் செயல்களை ரசித்துப் பார்த்துக்கொண்டிருந்தாள். தன் முதல் பேற்றுக் கிடாய் ஒன்றைப் பார்ப்பது போலத் தோன்றியது.

வெள்ளாடுகள் இல்லாமல் போனதால் அக்கிடாய்க்கு வாய்ப்பு வரவில்லை. இன்றைக்குப் பூனாச்சி கிடைத்தாள்.

அவன் சேட்டைகளுக்கெல்லாம் பூனாச்சி இணங்கி அவனை மகிழ்வித்தாள். பூவனின் நினைவு வருவதை அவளால் தவிர்க்க முடியவில்லை. எல்லாரும் அவளை அதிசயம் என்றார்கள். அவளுக்கோ பூவனே அதிசயமாக இருந்தான். புறம் கண்டே அதிசயம் என்கிறார்கள். அகம் கண்டு அதிசயம் சொல்வது அத்தனை சுலபமா? அதிசயம் கண்ட அதிசயம் பூவன். அப்படி நினைத்துக்கொள்வது பூனாச்சிக்கு மிகவும் உவப்பாக இருந்தது.

இந்த மூன்றாம் ஈத்தின் நாளைக் கிழவி நன்றாக மனதில் வைத்துக்கொண்டாள். மாதத்தைக் கணக்கிட்டாள். ஐந்தாம் மாதத்தின் முடிவில் எந்த நாளிலும் பூனாச்சி ஈனக்கூடும். அதுவரைக்கும் அவளையும் காப்பாற்ற வேண்டும். அதன்பின் ஏழு குட்டிகளைக் காப்பாற்ற வேண்டும். நினைக்கும்போதே கிழவிக்குத் தலை சுற்றியது. பூனாச்சியைக் கிடாய்க்குக் கொண்டு போகாமல் விட்டிருக்கலாமோ என்றும் நினைத்தாள். அதுவும் பாவம்தானே. அதுவல்லாமல் ஒருவாரம் பத்து நாள் இடைவிட்டுத் தொடர்ந்து கத்திக்கொண்டே இருந்தால் என்ன செய்ய முடியும்? அப்போது கிடாயைத் தேடி எங்கே போவது? இளங்கிடாயையும் விலை சொல்லிக்கொண்டிருக்கிறார்கள். சரி, மேசாசுரன் விட்ட வழி எல்லாம் என்று அவன்மேல் பாரத்தைப் போட்டாள்.

கிழவன் திரும்பி வந்ததும் விஷயத்தைச் சொன்னாள். அவனும் ரொம்ப யோசித்தான். மகள் ஊரிலும் மழை இல்லை. அங்கே போகும் வழியெங்கும் மழை இல்லை. 'அசுரலோகம் எங்கயுமே மழையில்ல' என்றான் அவன். மகள் வீட்டிலும் பெருங்கஷ்டம். காட்டில் புல் பூண்டும் இல்லை. தீவனப்போர் நிலக்குடிசை போலாகிவிட்டது. ஆடுமாடுகளைப் பெரும்பாலும் விற்றுவிட்டார்கள். வீட்டில் ஒருவேளை உணவைக் குறைத்துவிட்டார்கள். குழந்தைகளுக்கு மட்டும் கஞ்சி மாதிரி ஏதாவது கொடுக்கிறார்கள். எப்போது மழை பெய்யும் என்று வானத்தையே அண்ணாந்து பார்ப்பதுதான் வேலை.

அவன் சொன்னான், 'எல்லாச் சனத்துத் தலயும் மேலதான் பாத்துக்கிட்டு நடக்குது. தரயப் பாத்து நடந்தவங்கள அண்ணாந்து பாக்க வெச்சிருச்சு மழ.'

இந்த மூட்டுக்குட்டியைக் கொண்டுபோய்க் கொடுத்ததில் அவர்களுக்குச் சந்தோசமே இல்லையாம். 'முடிஞ்சவரைக்கும் வெச்சிருங்க. முடியலீனா வித்திருங்க' என்று சொல்லி

விட்டு வந்தானாம். அத்தனை கஷ்டம் என்றாலும் அங்கே வந்து இருந்துகொள்ளும்படி அழைத்தார்களாம். அவர்களே கஷ்டப்படும்போது போய் என்ன செய்வது என்றான் கிழவன்.

பூனாச்சி சினையாகிவிட்டதால் கிடாய்களில் ஒன்றை மேசாசுரனுக்குப் பலியிட என்று வைத்துக்கொண்டு இன்னொன்றை விற்க முடிவெடுத்தார்கள். வாங்கத்தான் ஆளில்லை. கறிக்காரர்கள் வீடு தேடிவரும் காலம் போயிற்று. அதிசயத்தின் குட்டிகள் என்று சொல்லியும் சீந்துவாரில்லை. ஏற்கனவே குட்டிகளை வாங்கி எருமை வண்டியில் ஏற்றிச் சென்ற சீமான் வரக்கூடுமோ என்னும் எதிர்பார்ப்பில் சில நாள் கழிந்தது. அவனுக்குச் சொல்லுவாரில்லையோ. சொல்லியும் அவனுக்கு வாங்க மனமில்லையோ. பஞ்ச காலத்தில் அதிசயத்திற்கு என்ன வேலை? வயிறு நிறைந்து ஆசுவாசமாக இருக்கும் போதில்தான் அதிசயமும் கண்காட்சியும் எல்லாம்.

எத்தனை அழைப்புக் குரல்களையும் புறம் தள்ளி மேலெழுந்து நிற்பது வயிற்றின் குரல். அதற்குச் செவி மடுத்த பிறகே பிறவற்றைப் பற்றி உணர்வு வரும். சீமானாக இருந்தாலும் செல்வம் வைத்திருந்தாலும் சோற்றைத்தானே தின்றாக வேண்டும்? அப்புறம் ஒருநாள் கிடாயைச் சந்தைக்குக் கொண்டு போனான் கிழவன். அங்கு ஏராளமான ஆடுகள் விலைக்கு வந்திருந்தன. வாங்குவோரின் எண்ணிக்கையோ சொற்பம். அவர்களும் துட்டுக் கொடுத்து வாங்குகிற மாதிரி தெரியவில்லை. யாராவது சும்மா தந்தால் ஓட்டிச் செல்லலாம் என்று வந்தவர்கள் போலத் தோன்றியது. வழக்கமாகச் சந்தைக்குள் தவசங்களும் பருப்பு வகைகளும் ஏராளம் குவிந்திருக்கும். கூவிக் கூவி அழைப்பார்கள். இப்போது ஒன்றுமே இல்லை. வெகுசிலர் மிகக் குறைவானப் பரப்பி வைத்திருந்தார்கள். அங்கும் விலை அதிகம். கூட்டமோ அடித்துப் பிடித்து நின்றது. கிழவனுடைய வாழ்நாளில் இப்படி ஒரு காட்சியைக் கண்டதேயில்லை.

குட்டியைப் பிடித்தபடி வெகுநேரம் நின்றான். ஓராள்கூட அருகில் வந்து கேட்கவில்லை. அவனைப் போல நின்று பார்த்தவர்கள் கிளம்பினார்கள். கிழவனுக்கு அருகிலேயே நின்ற இன்னொரு கிழவன் சொன்னான். ‘உப்பு ஒருபடி வாங்கிக்கிட்டுப் போயி உப்புக்கண்டம் போட்டு வெச்சுக்கிட்டுத் திங்க வேண்டீதுதான்’ என்று சலிப்போடு சொல்லியபடி போனான். அவன் சொன்னதைக் கிழவன் மனதில் பதித்துக்கொண்டான். சந்தையில் உப்புக்கடையில் ஆளே இல்லை. உப்புத்தான் சல்லிசு. தலைத் துண்டை விரித்துப் படி உப்பை வாங்கிக்கொண்டு குட்டிகளோடு நடந்தான் கிழவன்.

சந்தைதான் உலகத்தின் நிலையைக் கிழவனுக்குப் புரிய வைத்தது. வரும் வருசத்திலும் மழையில்லை என்றால் என்னவாகும் என்று யோசிக்க ஆரம்பித்தான். இனி மழை பெய்யும் வரைக்கும் உயிரைக் காப்பாற்றி வைத்திருப்பதுதான் செய்ய வேண்டிய காரியம். அதற்குச் செய்ய வேண்டியவை பற்றிய சிந்தனைகள் அவனுக்குள் ஓடிக்கொண்டிருந்தன. சந்தைக் காட்சிகளைக் கிழவியின் மனதில் பதியும்படி எடுத்துச் சொன்னான். அவளோ கிழவன் ரொம்பவும் பயமுறுத்துகிறானோ என்று நினைத்தாள். ஆனால் குட்டிகளை வாங்க ஆளில்லை என்றால் நிலைமை மோசம்தான். உப்பு மூட்டை எதற்கு வாங்கி வந்திருக்கிறான் என்பது புரியவில்லை. 'உப்புத்தான் சலுசு' என்றான். 'உப்பயா திம்ப?' என்றாள்.

மறுநாள் காலையிலிருந்து கிழவன் தன் திட்டத்தைச் செயல்படுத்தத் தொடங்கினான். பூனாச்சியிடம் பாலூட்டக் குட்டிகளை விட்டுக் காம்புகள் சுரந்ததும் அவற்றை இழுத்துக் கட்டிவிட்டுப் பாலைப் பீய்ச்சச் சொன்னான். அன்றைக்குக் காலை உணவு அவர்கள் இரண்டு பேருக்குமே பூனாச்சியின் பால் மட்டும்தான். மதிய உணவுக்குத் தினைக்கஞ்சி. இரவுக்கு மட்டும் கொஞ்சமாகக் களி. களியைத் தின்னும்போது கிழவன் சொன்னான், 'இன்னம் கொறச்சிக்கிட்டு உசுரத் தக்க வெச்சுக்கோணும். மழ பெய்யற வரைக்கும் ஒருநாளைக்கு ஒருவேள வவுத்துல ஈரத்துணியக் கட்டிக்கிலாம்.'

அன்றைக்கு இரவு கிழவியின் உதவியுடன் கிழவன் ஒருவனே பூனாச்சியின் கருங்கிடாயைக் கழுத்தறுத்தான். அது மேசாசுரனுக்கு நேர்ந்துவிட்டிருந்த கிடா. இந்தப் பஞ்ச காலத்தில் ஊர் அழைத்துக் கிடா வெட்டி விருந்து போட முடியுமா? அதனால் மேசாசுரனை நினைத்து வேண்டி மஞ்சள் நீரால் கிடாயை நனைத்தான்.

'உனக்குன்னு உட்டிருந்த கெடா. நீதான் இந்த லோகத்தையே வெறும் மண்ணா மாத்திக்கிட்டு வர்ற. அப்பறம் எப்பிடி உனக்குப் பலி போட்டு நான் விருந்து வெப்பேன்? இங்கிருந்தே பலி கொடுக்கறேன். ஏத்துக்கச் சம்மதம் சொல்லய்யா' என்று மனதார வேண்டினான்.

கிடாயும் தலையை அசைத்தும் உடலைக் குலுக்கியும் சம்மதம் சொன்னது. பின்னர்தான் கிடாயை அறுத்தான். அன்றைக்கு நல்ல நிலா வெளிச்சம். பூனாச்சி ஒன்றும் செய்ய இயலாமல் குட்டித் தலையைப் பார்த்துக் கொஞ்ச நேரம் கத்தினாள். பூவனின் தலையைப் பார்த்த நாள் நினைவுக்கு

வந்தது. அவன் சொன்னானே, 'கறிக்குச் சாவுவோம். பலிக்குச் சாவுவோம்.' இது கறிச்சாவா பலிச்சாவா?

கிழவன் வெகுநேரம் நிதானமாக முயன்று குட்டியின் தோலை உரித்தான். கறியை வெட்டிக் கொடுத்தான். கிழவி மிகச் சிறு துண்டுகளாக நறுக்கினாள். குடலைப் பீய்ச்சியெடுத்துக் கழுவினான். தலையைத் துண்டுகளாக்கினான். கடைசியில் ஓலையின் மேல் குட்டி கறிக்குட்டானாய்க் கிடந்தது. சந்தையில் வாங்கி வந்த உப்பை நிதானமாகக் கறி முழுவதற்கும் தடவினான். வேலை முடிந்து இருவரும் படுத்தபோது விடிகாலைக் கரிச்சான்கள் கத்தத் தொடங்கிவிட்டன. மறுநாள் முழுக்க இருவருக்கும் அவர்கள் நிலத்தில் இருந்த பாறைமேல் கறித் துண்டுகளைப் பரப்பிக் காய வைக்கும் வேலைதான். வாசம் பிடித்துக் காக்கைகளும் கழுகுகளும் வந்து வட்டமிட்டன. பாறையைச் சுற்றிக் குச்சிகளை நட்டு அதில் துணியைக் கட்டி வைத்தார்கள். அப்பவும் காக்கைகளைக் கட்டுப்படுத்த முடியவில்லை. கூட்டமாக அவை மாறி மாறி வந்து அடித்தன. சட்டெனக் கூடையைப் போட்டுக் கறிக்குவியலை மூடினாள் கிழவி.

அப்போதும் காக்கைகள் இறங்கி வந்தன. பெரிய தடி ஒன்றை எடுத்து வந்து கண்களை மூடிக்கொண்டு காற்றைப் பார்த்து ஆவேசமாக வீசினான் கிழவன். தடியில் காக்கை ஒன்று அடிபட்டுக் கீழே விழுந்தது. அதை எடுத்துக் குச்சி ஒன்றில் கட்டித் தொங்கவிட்டான். காக்கைகள் தூரத்தில் இருந்து கத்தின. அருகில் வரப் பயந்தன. ஆனாலும் கிழவி கறி முழுவதையும் கூடையில் அள்ளிக்கொண்டாள். பறவைகள் இரைக்காக இப்படிக் களத்தில் இறங்கிப் போராடுவது இன்னும் பெருந்துன்பம் வரப்போவதன் முன்னெச்சரிக்கையாகத் தோன்றிற்று. ஒரு துண்டுகூடப் பறி போகாமல் கிழவி காப்பாற்றி வந்தாள். அதன்பின் வீட்டு வாசலில் காய வைத்தாள். அப்போதும் மிகுந்த எச்சரிக்கை கொண்டிருந்தாள். பறவைகள் வெளி பார்த்தே வரும். வீடும் ஆள் நடமாட்டமும் இருக்கும் இடத்தை அவை புறக்கணிக்கவே செய்கின்றன.

நாள் ஆக ஆக உணவு இன்னும் சுருக்கினார்கள். காலை உணவு பூனாச்சியின் பால் மட்டும்தான். அதுவும் குறைந்துகொண்டே வந்தது. அவள் வயிற்றில் குட்டிகள் வளர்ந்தன. இரவில் தினைக் கஞ்சியை இரண்டு துண்டு உப்புக்கண்டத்தோடு குடித்தார்கள். பூனாச்சியை மேய்ச்சலுக்குக் கொண்டு போகும்போது இடைவிடாமல் மண்ணைக் கிளறிக்கொண்டே இருந்தாள் கிழவி. சில இடங்களில் கோரைக்கிழங்குகள் கிடைத்தன. அவற்றைப்

பூனாச்சி அல்லது ஒரு வெள்ளாட்டின் கதை

பொறுக்கிக் கை நிறையச் சேர்த்துவிட்டால் அன்றைக்கு ஒருவேளை உணவுக் கஷ்டம் தீர்ந்தது.

கிழவன் காலையில் சீக்கிரத்தில் கிளம்பி எங்காவது போவான். திரும்பும்போது கற்றாழைக் கிழங்கு, கள்ளிப்பழம் ஏதாவது இருக்கும். வயிற்றை ஈரமாக்கிக்கொள்ள இப்படி எத்தனையோ கஷ்டங்கள். கிட்டத்தட்ட ஒருமாதத்தில் உப்புக்கண்டம் முழுவதும் தீர்ந்தது. பூனாச்சியின் இன்னொரு குட்டியை ஒருநாள் இரவில் அறுத்து உப்புக்கண்டம் போட்டார்கள். எப்படியும் இன்னொரு மாதத்தைக் கடத்திவிடலாம். அவர்கள் பாடு பரவாயில்லை. பூனாச்சிக்கு ஒன்றுமே கிடைக்கவில்லை.

பூனாச்சியின் மடியில் ஒரு சொட்டு பால் வரும்வரைக்கும் பீய்ச்சி கிழவி 'இன்னமே ரத்தந்தான் வரும்' என்று சொல்லி விட்டுவிட்டாள். அவள் உடலில் ரத்தமும்கூட இல்லை. வயிற்றுக் குட்டிகள் அதையும் உறிஞ்சிக்கொண்டிருந்தன. சிறுசருகுகூட இல்லாத நிலத்தைப் பூனாச்சி கண்டாள். வேப்பிலைகளைச் சிலநாள் தின்றாள். கற்றாழைகளைக் கடித்தாள். எதுவுமே இல்லை என்றானபோது பூனாச்சியை என்ன செய்வது என்று இருவரும் குழம்பினார்கள். வாங்க ஆளில்லை. சும்மா கொடுத்தால் சினையாடு என்றுகூடப் பாராமல் கறிக்கு அறுத்துவிட மக்கள் தயாராக இருந்தார்கள். பூனைகளையும் நாய்களையும் அடித்துச் சாப்பிடுவதாகப் பேச்சிருந்தது.

தம் நிலத்தில் இருந்த பனைகளிலிருந்து இரண்டு நாளுக்கு ஓர் ஓலை வெட்டினான் கிழவன். அவற்றைச் சிறுசிறு துண்டுகளாக்கிப் பூனாச்சிக்குக் கொடுத்தாள். பனையோலை நிறைமாதக் கர்ப்பிணிக்கு எப்படிப் போதும்? பூனாச்சியின் உடல் இளைத்து எலும்புகளாகத் தெரிந்தன. வயிற்றுக் குட்டிகளின் புடைப்பு நன்றாகத் தெரிந்தது. குட்டிகள் வெளியே வந்துவிட்டால் அவற்றைக் குழி தோண்டிப் புதைத்துவிட்டுப் பூனாச்சியைக் கறி போட்டுவிடலாம் என நினைத்தான் கிழவன். கிழவி அதற்கு ஒப்பவில்லை. பூனாச்சியைப் புதைத்தாலும் புதைப்பேனே தவிரக் கறி போட விடமாட்டேன் என்று சத்தமாகச் சொன்னாள்.

'இந்தக் கருமாந்தரம் காலெடுத்து வெச்சுத்தான் வீட்டுல ஒருசுரும் இல்லாத பண்ணீருச்சு. இப்ப மனசனயும் வாரிக் குடுத்திரும் பாரு' எனத் திட்டினான் கிழவன்.

●

24

ஊருக்குள் எந்த வீட்டிலும் ஆடுமாடு கோழிகுஞ்சு நாய்பூனை எதுவுமில்லை. ஆட்கள் என்ன செய்வது எனத் தெரியாமல் தவித்தார்கள். பல குடும்பங்கள் வெளியூருக்குப் போயின. அசுரலோகம் எங்கும் மழையில்லை என்றபின் எங்கே போய்த்தான் என்ன செய்ய முடியும்? வாரம் ஒருமுறை ராசாங்க அதிகாரிகள் வந்து வீட்டுக்கு வீடு கூழ்க் காய்ச்சிக் குடிக்க வீட்டுக்கு அரைப்படி மாவு கொடுத்தார்கள். அது ஒருவேளைக்கும் காணாது. அதைப் பெற மக்கள் பறந்தார்கள். 'வரிசைல நில்லு வரிசையில நில்லு' என்று உதவியாள்கள் கத்தியபடியே இருந்தார்கள். அங்கே போய் நின்று மாவு வாங்கி வருவதற்குள் போதும் போதும் என்றாயிற்று. இருந்தாலும் கிடைப்பதை விட முடியுமா? இன்னும் சில நாளில் ஐந்தாறு ஊருக்கு ஓரிடத்தில் கஞ்சித்தொட்டி திறக்கப் போவதாகப் பேச்சு அடிபட்டது.

தம் மகள் வீடு என்ன செய்கிறார்களோ என இருவரும் தவித்தார்கள். அங்கே போனால் அவர்களுக்குப் பாரமாகிவிடலாம். அவர்கள் படும் கஷ்டத்தைக் கண்ணால் கண்டால் தாங்க முடியாது. அந்த ஊருக்கு யாராவது போனால் விசாரித்து வரச் சொன்னார்கள். ஆனால் எந்தச் சேதியும் வரவில்லை. வீட்டில் இருந்த அடுக்கு மொடாக்கள் சிலவற்றைக் கிழவன் விற்க முயன்றான். வாங்க ஆளில்லை. பூனாச்சியின் குட்டிகளை விற்றுச் செய்த

காதுக்கொப்பு, கழுத்துச் சரடு ஆகியவற்றை முதலில் விற்று கிடைத்ததை வாங்கி வந்தான் கிழவன்.

பித்தளையிலும் செம்பிலும் அவர்களிடம் சிறுகிண்ணி, சொம்பு ஆகிய ஒன்றிரண்டே இருந்தன. அவற்றை ஒருவாரம் சந்தைக்குக் கொண்டுபோய் விற்றுவிட்டு அரைப்படி கம்பு வாங்கி வந்தான் கிழவன். பூனாச்சியின் பேற்றின்போது வேக வைத்துக் கொடுக்க வேண்டும் என்று அந்தக் கம்பைப் பத்திரமாக வைத்திருந்தாள் கிழவி. பூனாச்சிக்காகக் கிழவி செய்பவை ஏதும் கிழவனுக்குப் பிடிக்கவில்லை. அவளையும் எப்படியாவது விற்றுத் தொலைத்துவிட நினைத்தான். வழிதான் தெரியவில்லை.

பூனாச்சிக்கு வயிற்றுப் பசி ஒருபக்கம். பசி உணர்வைக் கட்டுப்படுத்தவே முடியவில்லை. பச்சையோலைகள் போதவில்லை. மரப்பட்டைகளைக் கரண்டு தின்றாள். குச்சிகளையும் கோல்களையும் பிரயாசைப்பட்டு மென்று விழுங்கினாள். தண்ணீரைக் குடித்தும் வயிற்றை நிறைக்க இயலவில்லை. கிழவி எங்கோ வெகுதூரம் போய் ஒருகுடம் சுமந்துவருவாள். அதில் கொஞ்சமாய் அளந்து பூனாச்சிக்கு ஊற்றுவாள். வயிற்றுச் சுமை இன்னொரு பக்கம். குட்டிகளுக்குப் போதுமான ஊட்டம் கிடைக்கவில்லை. அவை வயிற்றுக்குள் புழுப் போல நெண்டியபடியே கிடந்தன. ஒவ்வொன்றும் ஒவ்வொரு பக்கம் உதைத்தன. முதுகெலும்பும் நெஞ்செலும்புகளும் கோடுகளாய்த் தெரிந்தன. கீழ்வயிறு பையெனத் தொங்கிற்று.

அவளுக்கு வயிற்றைத் தூக்கி நடக்கச் சமுத்தில்லை. கொஞ்ச நேரம் நிற்கவும் இயலவில்லை. அடிக்கடி படுத்துக்கொண்டாள். பின் எழ வேண்டுமென்றால் படுகஷ்டம். உடலை உந்தி முன் தள்ளி முன்னங்கால்களை முட்டி போட்டு மடக்கிப் பின்னுடலைத் தூக்கி எழ வேண்டும். முன்னங்கால்கள் உடலைத் தாங்கும் வலுவில்லாமல் அடிக்கடி நொடித்து மடங்கின. பாதி எழுந்து பட்டென்று தரையில் விழுந்தாள். வயிறு பாரத்தைத் தாங்க முடியாமல் மண்ணில் போய் முட்டிற்று. குட்டிகள் துடித்து அலறுவதைப் பூனாச்சி உணர்ந்தாள். எழுவதற்குள் உயிர் போய் வந்தது.

ஒரு பகலில் அப்படிப் படுத்திருந்துவிட்டு எழப் பலமுறை முயன்று பார்த்தாள். முடியவேயில்லை. கால்கள் விருத்துக் கட்டை மாதிரி ஆகிவிட்டன. அவற்றை விரித்து நீட்டினால்தான் சரியாகும். மடக்கிய நிலையிலிருந்து பிரிக்கவே முடியாதபோது என்ன செய்வாள்? உடலை எம்பி எம்பிப் பார்த்தாள். லேசாக உடல் தூக்கிற்று. ஆனால் கால்கள் ஒத்துழைக்கவில்லை. ரொம்ப

நேரம் எழாமல் இருந்ததால் அப்படியாகிவிட்டது போலும். பூனாச்சி தீனமாய்க் கத்தினாள். ஓங்கிக் குரலெடுக்கவும் இப்போது முடியவில்லை. அவள் பூங்குட்டியாய் இருந்தபோது கத்திய மாதிரி மெலிந்த குரல்.

எதேச்சையாகப் பூனாச்சியைப் பார்த்த கிழவி அவள் எழ முயன்று முயன்று கத்துவதை உணர்ந்தாள். உடனே ஓடி வந்து பின்னுடலைத் தூக்கிப் பிடித்து உதவினாள். உணர்வற்ற கால்களை ஊன்றி நிற்க முடியவில்லை. பூனாச்சியின் கால்களை நீவிவிட்டாள் கிழவி. மெல்லக் கால்களுக்கு உயிர் வந்தது. அதன்பின் பகலானாலும் இரவானாலும் கிழவி கவனமாக இருந்தாள். அவ்வப்போது வந்து பூனாச்சியைத் தூக்கிவிட்டு நிற்க வைத்தாள். கிழவியின் உதவியில்லாமல் எழ முடியாது என்றாகியது. எப்படித்தான் குட்டி போடப் போகிறளோ, குட்டிகளை என்ன செய்யப் போகிறோமோ என்று கிழவி மருகித் தவித்தாள். பனைகளில் ஓலைகள் குறைந்துவிட்டன. இனி குருத்தை வெட்டினால்தான். காடுகளில் இருந்த வேலிகள் எல்லாம் தூர்ந்துவிட்டன. இப்போது எங்கு பார்த்தாலும் வெறும் மண். இனிமேல் மண்ணைத் தின்ன வேண்டியதுதானோ?

பூனாச்சி குட்டி ஈன்றால் வேக வைத்துக்கொடுக்கலாம் என்று வைத்திருந்த கம்பை அன்றைக்கு எடுத்தாள் கிழவி. அதில் ஒரு கை போட்டு இடித்துக் கூழ் காய்ச்சினாள். வீட்டிலிருந்த கடைசித் தானியமணிகள் அவைதான். ஆளுக்கு ஒருவாய் குடித்துவிட்டுப் படுத்தார்கள். இப்போது வயிறு சுருங்கிவிட்டது. உடல் பலவீனம் எப்போது படுத்தாலும் தூக்கத்தைக் கொண்டுவருகிறது. பூனாச்சிக்கு அருகிலேயே கட்டிலைப் போட்டுப் படுத்திருந்தாள் கிழவி. படுக்கும்போது ஒருமுறை பூனாச்சியைத் தூக்கி நிற்க வைத்தாள். பூனாச்சியால் அதிக நேரம் நிற்க முடியவில்லை. கால்கள் ஒடிந்து விழுந்துவிடுவதைப் போல நடுங்கின. இருந்தாலும் நிற்க முயன்றாள். வயிற்றுப் பாரம் சீக்கிரம் இறங்கிவிட்டால் போதும் என்றே தினமும் நினைத்தாள்.

ஏன் இறங்கவில்லை? வெறும் ஓலைத் துணுக்குகளால் உள்ளே இந்தக் குட்டிகள் எப்படி வளர்கின்றன? பாரம் தாங்கவில்லை. சரி, படுக்கலாம் என்று மெல்ல முன்னங்காலை மடித்து ஊன்றினாள். சட்டென உடல் மண்ணில் சாய்ந்தது. வழக்கமாக இருக்கும் தெம்புகூட இல்லை. உடலுக்கும் அவள் நினைவுக்கும் சம்பந்தம் இல்லாதது போல உணர்ந்தாள். குடிசையின் குத்துக்காலில் தலையைச் சாய்த்தாள். இப்படி ஏதாவது ஒரு பிடிப்பு தேவைப்படுகிறது. அவள் நினைவுகளில்

ஏதேதோ ஓடின. பகாசுரன் கையில் இருந்த பொழுதுகள் அவளுக்குத் துளியும் நினைவில் இல்லை. கிழவன் அந்தக் காட்சியை அத்தனை ரசமாக வருணிப்பான்.

'பூனாச்சி பூனாச்சி' என்று கொஞ்சியபடி கிழவி மடியில் தூக்கி வைத்துக்கொள்ளும் காட்சிதான் அவள் மனதில் பதிந்து கிடக்கும் முதல் நினைவு. பாலுக்குக் கஷ்டப்பட்டாலும் அந்தக் காலம் இனிமையானதுதான் என்று தோன்றியது. கண்கள் கிறங்கி அவள் தூங்கினாள். தூக்கத்தில் ஏதேதோ முகங்கள் வந்தன. பூவன் அதிகமும் வந்தான். அவள் குட்டிகள் ஒவ்வொன்றின் முகமும் தோன்றின. ஒருசமயம் பெரும்பட்டியில் தன் மேல் ஏற வந்த கிழட்டுக் கிடாயின் பேருருவம் நிழலைப் போல வந்து கவிந்தது. பகாசுரன் உருவம் அவளுக்குள் உருவாகி வளர்ந்தது. அவன் நெடிக்கமாகப் பனை உயரம் இருந்தான். அவன் கைகள் குச்சிக்கோல்களாய்த் தொங்கின. விரலொன்றின் முனையில் பூனாச்சியை நிறுத்தி மேலே தூக்குகிறான். விரலை அசைத்து வட்டம் சுற்றுகிறான். பூனாச்சிக்குத் தலை கிறுகிறுக்கிறது. அப்படியே வேகமாகச் சுற்றி அந்தரத்தில் வீசுகிறான். பூனாச்சி காற்றில் உயர்ந்து பின் தலைகீழாகத் தரையை நோக்கி வருகிறாள். தலை வந்து தரையில் மோத வேகமாக வருகிறது. அவள் முகம் தேங்காயைப் போலச் சிதறப் போகிறது. அவ்வளவுதான். இதோ இதோஞ்சட்டெனப் பூனாச்சி விழித்துக்கொண்டாள்.

ஒரே இருட்டு. பூனாச்சியின் தலை குடிசைக்காலில் இருந்தது. உதறிக்கொண்டாள். இன்னும் தரையில் மோதவில்லை. சிதறவில்லை. இருக்கிறது. தலை சுற்றியது. உடல் முழுக்க மரத்துப் போன மாதிரி தோன்றியது. ரொம்ப நேரம் படுத்திருந்துவிட்டாள் போல. கனவில் கிறங்கியதால் நேரம் தெரியவில்லை. எப்படியும் கிழவி வந்து எழுப்பித் தூக்கியிருப்பாளே, என்னவானாள்? இருட்டுப் பழகிக் கட்டிலைப் பார்த்தாள். கிழவி கோல் ஒன்றைப் போலக் கட்டிலில் கிடப்பது தெரிந்தது. அவளை நோக்கிக் குரல் எழுப்ப முயன்றாள். இரவில் எந்தச் சத்தமும் இல்லை. பறவைகளின் சத்தம் அடங்கி பல நாட்களாகிவிட்டது. ஆடுமாடுகளின் குரலும் கேட்பதில்லை. பூச்சிகள், வண்டுகளின் குரலொலிகளும் இல்லை. எல்லாம் உறைந்த தோற்றம்.

பூனாச்சி தன் குரலை உயர்த்த முயன்றாள். மெலிந்த குரல் வெளியேறிய மாதிரி தெரிந்தது. தொடந்து முயன்றாள். கிழவி எழுகிற மாதிரி தெரியவில்லை. வெகுநேரம் அழைத்துப் பார்த்தாள். பின் மெல்லக் காலை ஊன்றி எழலாம் எனப் பார்த்தாள். உடலை அசைக்கவே முடியவில்லை. வயிற்றுக்குள் அசைவு ஏதும் தெரியவில்லை. அசைவில்லையா அசைவை

உணர முடியவில்லையா? உடல் கல் போல இறுகி மண்ணோடு ஒட்டிக்கொண்டது. வெறும் நினைவு மட்டும்தான் இருக்கிறது. குடிசைக் காலில் மீண்டும் தலை சாய்ந்தாள். தலை நிற்கவில்லை. விழுந்தது. முடிந்தவரைக்கும் குடிசைக்காலில் தலையை அழுந்தப் பதிக்க முயன்றாள். அதற்குமேல் என்னவாயிற்று என்று தெரியவில்லை. விடியலில் பதறி எழுந்து கிழவி பார்த்தபோது பூனாச்சி தலை தொய்யப் படுத்தபடி தெரிந்தாள். கிழவி அவசரமாக ஓடிப் பூனாச்சியைத் தொட்டாள்.

அது பூனாச்சி அல்ல; கற்சிலை.

●